BY THE SAME AUTHOR.

AN ENGLISH TRANSLATION OF THE NANNUL.

HOBART PRESS—MADRAS CHRISTIAN COLLEGE.
ADDISON PRESS, MOUNT ROAD.

Price 8 As.

OPINIONS OF THE ABOVE.

IT reflects credit on your industry and knowledge of your Text. I hope it will sell well.—*Dr. Pope.*

IT gives me much pleasure to state that I consider your translation of the Text of the Nannul a most valuable help to every student of the higher Grammar of Tamil, whether European or Native.—*Bishop Caldwell.*

WE have taken pains to read it through very carefully, and can confidently recommend it as a safe guide to students of the Nannul. Here and there the rendering is vague; here and there the wording of the translation might be improved; but taken as a whole, the translation is faithful.—*The Student.*

To Mr. John Lazarus, B.A., belongs the honour of being the first translator of the unrivalled work of the great Pavananti. A careful perusal of the work enables us to endorse the highly appreciative remarks made by the two Madras papers in reviewing this book. The translation is precise: the English good. Typographical errors are nowhere, and the general get up of the book reflects credit on the publishers. This book would be a great help to all Europeans who wish to acquire a thorough grammatical knowledge of the Tamil language.—*Indian Daily News.*

IT is many years ago since we studied the Nannul for the first time. At that time our Munshi knew no English and we knew little Tamil; consequently the Nannul was a very tough joint to carve, and not very digestible afterwards. No translations then existed. The translation before us by Mr. Lazarus, B.A., is well done. It is curt, blunt, and pregnant, like the original. It ought to be very useful. But a few more notes would have been an advantage. All the notes that now exist are brief, parenthetical expansions of the original antiquities. These expansions are well done, and render the translation clear, where otherwise it would be misty . . . . . It is well worth its eight annas, and we hope both author and purchasers will profit thereby.—*Madras Times.*

THE honour of being the first to make a complete translation into English of the famous Tamil Grammatical treatise called the *Nannul,* the original composition of a Jaina author named Pavananti, who lived about the 12th or 13th century of our era, now belongs to Mr. John Lazarus, a Native Graduate of the Madras University. . . . . . The translator informs us that it is the result of labour expended by him on the study of the Nannul for thirteen years, and in our opinion he has done his work in a thoroughly conscientious manner. The plan of the present translation is far less extensive than that of Messrs. Joyes and Samuel Pillai, for it confines itself to a simple but careful translation of the Sutras only, whereas the former version was accompanied by translations of extracts from the most approved commentators, and with other explanatory notes, and a vocabulary. Without such aid, many of the Sutras of Pavananti are, like those of Panini his Sanskrit predecessor, "dark as the darkest oracles." We hope, therefore, that in a second edition the translator may be encouraged to add at least the comments of Siva Gnana Tambiran. In the meantime, we have much pleasure in recommending the work to all English Students of the Nannul. The book is moreover not without interest to the student of Hindu opinions and antiquities. The following quotation from the Chapter on "Qualifying Words" would form an interesting page in a work on Hindu Popular Delusions . . .—*Madras Journal of Education.*

· A

TAMIL GRAMMAR

DESIGNED

FOR USE IN COLLEGES AND SCHOOLS

BY

JOHN LAZARUS, B.A.,

Author of " An English Translation of the Nannul."

LONDON:

JOHN SNOW & CO., PATERNOSTER ROW.
TRÜBNER & CO., LUDGATE HILL.
1878.

PREFACE.

THE present work attempts to place in the hands of students in the 6th and 5th classes of Government and Aided Schools, a clear, concise and complete exposition, in the English language, of the fundamental principles of Tamil Grammar.

Although based upon the Nannûl, the work, it is believed, will be found to have a plan and treatment of its own. While it contains all that is essential in the ancient and unrivalled treatise of Pavananti, there is much other information that may be deemed necessary and useful to students of the present day. One important aim of the author has been to draw a line of distinction between the Grammars of the Higher and Lower dialects of the Tamil language. The formation, uses and other distinctive features of tenses, moods, participles, verbal and conjugated nouns, and various other subjects are discussed in detail ; differences between the structures and idioms of the English and Tamil languages occasionally noticed ; important sutrams from the Nannûl quoted as foot-notes ; and a chapter on the structure, laws and analysis of sentences, and another on the structure and growth of Words introduced.

The plan of the work is briefly as follows : Etymology is treated under the several heads of

Classification, Inflection and Derivation. Combination or the Laws of Sandhi is made to form the first part of Syntax, thus coming after . Etymology, a thorough knowledge of which it presupposes. The Rules have been classified and reduced to a few essential ones. In a future edition of the work, should there be one, it is hoped to make it complete by adding two more chapters, one on Prosody and the other on Rhetoric.

The Nannûl being a Grammar of the Higher dialect, it omits everything that belongs exclusively to the Lower, while the highly difficult, and, in many parts, obscure style of poetry in which this masterly work is composed (not to speak of the commentaries and examples which have been prepared in elucidation of the Text), renders its study a most laborious and time-consuming, if not hopeless task to most of the students for whom the present work is especially intended. By dint of labour they do commit a few sutrams to memory, but these they seldom succeed in understanding. The intelligent study and ready application of the sutrams requires on the part of these students an amount of acquaintance with High Tamil, which they do not and cannot possess, though of course the case is somewhat different with those who have passed the Matriculation Test.

It is hoped that this little work will also be of use to Europeans desirous of studying the grammatical structures of the language in its classical as well as colloquial forms. But they will be disappointed, if they expect it to be a work on Tamil Composition.

In the preparation of this Grammar much valuable help has been derived from the following works: Beschi's Grammars of High and Low Tamil; Samuel Pillay's Tolkappya-Nannûl; Tandavaraya Mudaliar's Ilakkana Vilakka Vinavidai; Rhenius' Tamil Grammar; Dr. Graul's Outlines of Tamil Grammar; H. M. Winfred's Tamil Ilakkana Thirattu; Arivanandam Pillay's Tamil Syntax; Dr. Pope's Third Tamil Grammar; Dr. Caldwell's Comparative Dravidian Grammar; Dr. Winslow's Tamil and English Dictionary, besides various commentaries on the Nannûl.

In conclusion, the author tenders his best thanks to all the kind friends who aided and encouraged his undertaking while the work was in the Press, and requests all Tamil scholars to favour him with corrections and suggestions as to the future improvement of the Text-book now offered to the Public.

J. L.

L. M. INSTITUTION, MADRAS,
December, 1878

CONTENTS.

Part III—Derivation.

SYNTAX.

Part I—Combinations.

Part II—Syntax Proper.

TAMIL GRAMMAR.

1. Tamil Grammar may be divided into five parts: Orthography, Etymology, Syntax, Prosody, and Rhetoric.

2. Tamil grammarians do not regard Syntax as a special subject, but connect it with Etymology. They put in "the properties of matter" as the third branch of grammar. There is no Tamil word for *Grammar;* the one in use, இலக்கணம், is a corruption of the Sanskrit term *latchana* denoting *nature or property*. According to the Tamilians, grammar is a very wide science treating not only of letters, words, verses and figures of speech, but also of all matter—not excepting even the mind—which they term பொருள். The name இலக்கணம் which they have adopted has naturally led them to connect philosophy with grammar properly so called.

3. The following are the five Tamil divisions of Grammar :— எழுத்து (letters), சொல் (words), பொருள் (matter), யாப்பு (prosody) and அணி (rhetoric); briefly, பஞ்சலிலக்கணம், five-fold grammar.

4. *Syntax* being substituted for *matter*, the nature of each is as follows :—

(i.) Orthography (எழுத்தியல்) treats of the nature, forms, sounds, uses and other properties of letters.*

The term இயல் denotes *chapter*.

---

* The Laws of Sandhi, which are always classed under Orthography, properly belong to Syntax, and will be treated of in that part of grammar.

(ii.) ETYMOLOGY (சொல்லியல்) treats of the classification, inflection and derivation of words.

(iii.) SYNTAX (தொடரியல்) treats of the combination of words with one another (or the rules of Sandhi) and of the structure, laws and analysis of sentences.

(iv.) PROSODY (யாப்பியல்) treats of the laws of versification and of the different species of poetry.

(v.) RHETORIC (அணியியல்) treats of the Ornaments of style as embodied in construction and thought.

அணி means *embellishment.*

ORTHOGRAPHY—எழுத்தியல்.

ORTHOGRAPHY treats of the nature, forms, sounds, uses and other properties of letters.*

THE ALPHABET.

1. The Tamil Alphabet consists of two kinds of letters, Primary and Secondary; called in Tamil முதல் எழுத்து and சார்பெழுத்து.

சார்பெழுத்து means literally *dependent letters*, from சார்பு denoting *dependence.* The Primary letters are the chief elements of the Language, whether spoken or written, and these alone therefore constitute the Tamil Alphabet. Unlike the languages of Europe each of the principal Dravidian dialects has an alphabet of its own, that of the Tamil being most independent of the Sanskrit. அரிவரி or அரிச்சுவடி is the Tamil (?) expression for *alphabet.* The Nannûl defines a letter as the aggregate sound produced by several minute but articulate sounds; but the Tamil word (எழுத்து) far from signifying a sound, denotes *that which is written,* i. e., a character.

PRIMARY LETTERS—முதலெழுத்து.

2. The Primary letters are thirty in number, consisting of *twelve* vowels and *eighteen* consonants.

---

* The Nannûl enumerates twelve particulars: எண், பெயர், முறை பிறப்பு, உருவம், மாத்திரை, முதல், ஈறு, இடைநிலை, போலி, பதம் and புணர்ப்பு; of which, however, the last division belongs to Syntax.

By an appropriate and beautiful figure, the vowels are termed உயிர் (life), and the consonants மெய் (body), which at once shews the relation that the one sustains to the other.

3. The following is a list of the twelve vowels with their characters and sounds :—

CHARACTER.	ENG. EQUIVALENT.	POWER.
அ	a	*a* in America
ஆ	â	*a* in father
இ	i	*i* in pit
ஈ	î	*i* in elite
உ	u	*u* in put
ஊ	û	*u* in rule
எ	e	*e* in met
ஏ	ê	*e* in they
ஐ	ei	*ei* in height
ஒ	o	*o* in police
ஓ	ô	*o* in post
ஔ	ou	*ou* in mouth

4. Of these vowels, *five* are short (குற்றெழுத்து, from குறு to be short) ; *five*, long (நெட்டெழுத்து, from நெடு long) ; and *two*, diphthongs (இணையெழுத்து, from இணை two), which last by virtue of their quantity are usually classed with the long vowels. Thus

Short vowels, (குறில்) ; அ, இ, உ, எ, ஒ.*
Long vowels, (நெடில்) : ஆ, ஈ, ஊ, ஏ ,ஓ.
Diphthongs (இணை) : ஐ (அஇ), ஔ (அஉ).

5. The five short vowels are the original vowel-sounds from which the seven long ones are naturally generated. The total number of vowel-sounds is twelve ; in English, it is sixteen, while the available vowel

* Beschi has been the first to distinguish in form between short எ and long ஏ, and short ஒ and long ஓ—the characters were formerly written in the same manner.

characters are but five.   The followng list attempts to give a comparative view of the vowel-sounds of the two languages :

English : But - father - tin - feel - full - rule - led - they - pine - police
Tamil   a - å - i - î - u - û - e - ê - ei - o

post - house - fat - fall - feud - voice.
ô - ou   - - - - - - - - - - - - .

It is evident from this list, that the English language contains all the Tamil vowel-sounds, while the latter wants at least four of the former, and that in consequence of this, the Tamil organs must find great difficulty in pronouncing these four sounds, in addition to *that* arising from the fact that every English vowel is pronounced in more ways than one, and for which no definite rules can be laid down. But this is not the case with the Tamil vowels, each of which invariably denotes only one sound ; in other words, the alphabet is phonetic.

6.   The following is a list of the eighteen consonants with their characters and sounds :

CHARACTER.	ENG. EQUIVALENT.	POWER.
க	k	*k* in king
ங	ng	*ng* in king
ச	ch	*ch* in church
ஞ	ñj	approaches *nya*
ட	ṭ or ḍ	*tt* in butt
ண	ṇ	*n* in burn (?)
த	t	*th* sharp or flat
ந	n	*n* in nut
ப	p	*p* in put
ம	m	*m* in man
ய	y (cons.)	*y* in yet
ர	r	*r* in rat
ல	l	*l* in low
வ	v	*v* in vine
ழ	ʀ	*r* in cart
ள	ḷ	cerebral *l*
ற	ṛ	*rr* in irrational
ன	*n*	*n* in man

7. The consonants are classified thus :

Six tenues or hard letters (வல்லினம்) : க், ச், ட், த், ப், ற்.
Six nasals or soft letters (மெல்லினம்) : ங், ஞ், ண், ந், ம், ன்.
Six liquids or medials (இடையினம்) : ய், ர், ல், வ், ழ், ள்.
இனம் denotes *class.*

8. The subjoined table will shew the features in which the English and Tamil Alphabets differ with reference to their consonant-sounds.

Tamil : க்-ங்- ச் -ஞ்-ட்-ண்- த்-ந்-ப்-ம்-ய்-ர்-ல்-வ் - ழ் -
English k -ng - ch - — - — - — - — - n - p - m - y - r - l - v - cart -

ள்-ற்-ன். — - — . — - — - — - — - — - — - — - — - — - — .
— - — - n. f - w - t - d - th - dh - g - b - j - s - z - sh-

— - — - — .
azure - h - wh.

The difference is not small. There are no English sounds answering to ஞ், ட், ண், த், ன் and ற்; *d* (as in *duty)* is very different from the Tamil ட் pronounced softly; ண் cannot be represented by *n*, though I think the *n* in *burn* approaches the Tamil sound; the sharp *th* is an aspirate which த் is not: ள் is cerebral, while *l* is a soft palatal; and even the *rr* in *irrational* does not adequately express the power of ற். English Students, therefore, need special care in ascertaining by the ear the exact pronunciation of these letters.

The Tamil, on the other hand, is destitute of the aspirates, sibilants and several other letters, amounting to not less than fourteen in all. Though it might be urged that க், ச், த் and ப் do express the sounds of *g* (hard), *j*, *dh* and *b*, still these are not their original sounds.

It is worthy of being noticed that in the arrangement of the Tamil letters, there is a system and beauty which we must look for in vain in the Roman Alphabet. In the Tamil, each long vowel is placed immediately after its short vowel, and, while each weak consonant seems to seek the protection of its stronger neighbour, the medials class themselves together. This arrangement has evidently been borrowed from the Sanscrit, as may be seen in the following comparative table :—

VOWELS.

Sanscrit : a, â ; i, î ; u, û ; ri, rî ; lrî ;—, ê ; aî :—, ô ; aû : *n* : ah.
Tamil : a, â ; i, î ; u, û ;— ;— ; — ; e, ê ; eî : o, ô ; aû :— ; —.

CONSONANTS.

Sanscrit. 1st Vargam.	k, kh ; g, gh ; ng	} Gutturals.
Tamil. ———	k, — ;—, — ; ng	
Sanscrit. 2nd ,,	ch, chh : j, jh ; ñj	} Palatals.
Tamil. ———	ch, — ;—, — ; ñj	
Sanscrit. 3rd ,,	ṭ, ṭh ; d, dh ; n	} Cerebrals.
Tamil. ———	ṭ, — ;—, — ; ṇ	
Sanscrit. 4th ,,	t, th ; d, dh ; n	} Dentals.
Tamil. ———	t, — ; —, — ; n	
Sanscrit. 5th ,,	p, ph ; b, bh ; m	} Labials.
Tamil. ———	p, — ; —, — ; m	
Sans.	y, r, l, v	} Semi-vowels.
Tam.	y, r, l, v ; ṛ, ḷ ,ṟ, n	
Sans.	s, sh, ṣ, h	} Sibilants and Aspirate.
Tam.	—,—,—,—	

Sanscrit has, according to the above list,* fifteen vowels but wants எ and ஒ ; and the Tamil is without ri, rí, lrí, n and ah ; of the five *vargas* or rows of Sanscrit consonants, the Tamil excludes the three middle ones, choosing only the first and last in each. To the list of semi-vowels in the Sanscrit, the Tamil adds ழ, ள, ற and ன (which last differs from ந in form rather than sound), but is at the same time destitute of the Sanscrit sibilants and aspirate, s, sh, ṣ, h, The use of Sanscrit derivatives especially in modern writings has necessitated *that* of the middle sounds in the five vargas, as well as the addition of the following letters in the grantham form : ஷ (sh), ஸ (s), ஹ (h), ஜ (j), ஷ (tch). The Tamil Alphabet differs more largely from the Sanscrit than either the Telugu or the Malayalam.

9. Some of the Tamil letters are subject to slight modifications in sound.

OF THE VOWELS,

(1.) அ before வ், ர், ள், ழ், ன் and ண், at the end of polysyllabic words is pronounced somewhat like *e* in *men;* thus பகல், *pagel* not *pagal;* அவர், *aver* not *avar;* மரங் கள், *marangel* not *marangaḷ;* புகழ், *puger* not *pugar;* தே வன், *Téven* not *Tévan;* அரன், *aren* not *aran.* It is said " somewhat like *e,*" as the exact sound appears to be midway between short *e* and short *a.*

---

* See Comparative Dravidian Grammar.—Dr. Caldwell's.

(2.) இ, ஈ and எ, ஏ have a deeper sound than usual before the cerebrals, ட, ண, ழ, ள and ற. It looks as if an under current *u* or *ū* were running beneath their own sounds. Thus :

விடு = *vüdu* not simply *vidu* ; வீடு = *vüdu* not simply *veedu* ; எடு = *œdu* not simply *edu* ; *œ in Ger. bœse.* தேட = *tœda* not simply *têda* ;

விண் = *vüṇ* ; வீண் = *vüṇ*. பெண் = *pœṇ* ; பேண் = *pœṇ* ;

விழு = *vüṛu* ; வீழ் = *vüṛ* ; எழு = *œṛu* ; ஏழு = *œṛu* ;

விளி = *vüḷi* ; மீள் = *müḷ* ; தெள் = *tœḷ* ; தேள் = *tœḷ* ;

விறகு = *vüʀagu* ; கீறு = *küru* ; பெறு = *pœru* ; பேறு = *pœru.*

It is useful to remember these distinctions,nice they are ; they help us to discriminate between cerebrals and palatals ; i.e., ன and ண ; ர and ற ; ல and ள.

OF THE CONSONANTS,

1. க, த and ப are pronounced hard at the beginning of a word, and in the middle, when they are doubled, or when they follow certain hard consonants. Thus :

காடு = kâdu ; தாம் = tâm ;
பாடு = pâdu ; பக்கம் = pakkam ;
நித்தம் = nittam ; தெப்பம் = teppam ;
வெட்கம் = veṭkam ; நுட்பம் = nuṭpam ;
ஒற்கம் = orkam.

But when they are single in the middle or end of a word they have a softer sound : க becomes *g hard* ; த, *th* in *thine* ; and ப, *b*. Thus :

பகல் = pagel ; பகை = pagei ; வந்தான் = vandhan ; அது = adhu ; காண்பான் = kâṇbân ; வம்பு = vambu.

2. ச retains the sound of *ch* only when it is doubled or after ட், and ற் ; thus : காய்ச்சு, மாட்சி, முயற்சி = kâychchu, mâtchi, muyaʀchi ; in a few cases, and that at the end of words, it approaches the English *s*, thus : பசி = pasi ; நாசி = nâsi ; while, after its kindred ஞ், it has the sound of *j*,

thus: அஞ்சு = anju. In all other cases, it is pronounced midway between *s* and *ch*, a sound answering to which there is none in the English language—the Telugu ఛ denotes this sound exactly. Thus சொல் is neither *chol* nor *sol*: சாவு is neither *châvu* nor *sâvu*. One therefore seldom hears foreigners pronounce this sound as it ought to be.

3. The letter ட், though it cannot begin a word, follows the general rule in other places. Thus பாடம் = pâdam; but பட்டம் = pattam.*

4. The Nannul distinguishes ந் from ன், by making the former a dental and the latter a palatal—but they are usually pronounced in the same manner. In the south, ழ is pronounced like ள, but this appears to be quite incorrect, for விழி means *to awake*, but விளி, *to call*; வாழ், *to live or flourish*, but வாள், *a sword or saw*; உழி, denotes a *place*, but உளி, a carpenter's tool.

5. The hard consonant ற has three distinct sounds. (1.) R (as noted above) when single, (2.) *ttr* when doubled, and (3.) *dr* when coming after its kindred ன். Thus அறம் = aRam; வெற்றி = vettri; பன்றி = pandri.

6. The consonant ன is termed இருசுழி (double-ringed *n*) or றன்னகரம். In the same manner, ண is termed முச்சுழி or three ringed, while ந் is called தந்நகரம். ந் and are also distinguish-

* It must be however carefully remembered that the aforesaid rules do not by any means apply to Tamil words derived directly from the Sanscrit. In all these derivatives, the letters க, ச, த, ப and even ட usually retain the sounds of the particular letters (in the vargas) for which they stand, and *this* they do wherever they occur in a word. For example, கணம் is *ganam*, not *kanam*, though க is in the beginning of a word. பாக்கியம் *bâggiyam* not *pâkkiyam*; இராச்சியம் = *irajjiyam* not *irachchiyam*; சலம் = *jalam* not *salam*; சாதி = *jathi* not *sâthi*; சனம் = *janam*; பயம் = *bayam* not *payam*; திரவியம் = *dhraviyam* not *tiraviyam*. Though it must be admitted that in many cases, the Tamil rules (as stated above) are followed by many learned Tamilians, still it is good to preserve the original powers, for different meanings belong to words which, though spelt alike, differ nevertheless in the powers of their hard letters. Thus பந்து pronounced *panthu* means a ball, but pronounced *banthu* means relations; சந்து, *santhu* = lane, *jantu* = animal; தண்டி, *tandi*, a poet, but *dhandi*, to punish; பத்தன், *pattan* a goldsmith and *battan*, a pious man; மெத்தை, *mettei* bed; *meththei*, upper story.

ed by the first being named the *initial*, and the second, the *final n* ; ந் is never used in the middle of words, unless they are Sanscrit derivatives.

7. The consonants are pronounced in one uniform manner, by prefixing the vowel sound இ to each : thus, இக், ik ; இங், ing ; இச், ich, &c. In low Tamil, *ennâ* is added ; thus : ikkennâ, ichchennâ, &c.

8. The short vowels are pronounced either by themselves, as, *a*, *i*, *â*, &c., or by adding any one of the following increments (sounds without signification, called சாரியை in Tamil), கரம், காரம் and கான். Of these additions, the first is usual ; the second, unusual ; and the third, poetic. Thus அகரம், agaram ; அகாரம், agâram ; அஃகான், akhân (for the nature and use of ஃ see below —Secondary Letters.)

9. The long vowels take காரம் ; as ஆகாரம், âgâram ; ஊகாரம், ûgâram ; the two diphthougs ஐ and ஔ take also கான் ; as, ஐகான், eigân ; ஔகான், ougân. In low Tamil nâ is added to short vowels and ênâ to long vowels ; as, âna, â(v)ênâ, îna, î(y)ênâ, &c. The *v* and *y* are augmentations caused by the laws of combination.

10. Further, the short vowels are called male letters, the long vowels, female letters, and the consonants with the guttural (ஃ), hermaphrodites (அலி).

From all that has been said above, it will be found that, on the whole, the Tamil alphabet, besides being original in character, is more perfect, and consistent than that of the English language.

Secondary Letters—சார்பெழுத்து.

1. The Nannûl enumerates ten kinds of Secondary letters, which are as follows : Vowel-consonants (உயிர்மெய்), the guttural (ஆய்தம்), vowel-prolongation (உயிரளபு), consonant-prolongation (ஒற்றளபு), shortened உ (குற்றுகரம்), shortened இ (குற்றிகரம்), shortened ஐ (ஐகாரக்குறுக்கம்), shortened ஔ (ஔகாரக்குறுக்கம்), shortened ம் (மகரக்குறுக்கம்), and shortened ஃ (ஆய்தக்குறுக்கம்).

I. *Vowel-consonants.*—1. The Tamil animates its consonants by making changes in the characters of the consonants themselves. Each animated consonant, therefore, constitutes a syllable by itself.

In this respect, viz., that of vocalizing or forming syllables out of consonants, the Tamil and almost all other oriental languages differ essentially from those of Europe, which do the same thing by simply affixing the vowel required to animate the consonant. Thus, the word படித்தவன் according to the European method would run as follows: ப்அட்இத்த்அவ்அன். The oriental process, therefore, reduces the number of characters in a word, while it increases the labour of writing by making the animated consonants more complicated in form; but this is the only method that could be adopted with advantage, considering the polysyllabic character of a great number of Tamil words.

2. The Tamil animates its consonants in the following manner:—

(1.) The sound of அ is expressed by writing the consonant without the dot: க, ka; ப, pa; ம, ma.

In most Tamil books and in all ancient literature the consonants are never dotted; but as it perplexes the beginner, it is much better to dot every mute consonant. In the case of ர், the right foot is inflected a little, thus ர,—an improvement said to have been effected by the learned Beschi (?)

(2.) ஆ is expressed by adding the sign ா (a different one from ர ra) to each consonant: தா, tâ; வா, vâ.

Exceptions: ண, ற and ன become respectively ணா (ṇâ) றா (râ), and னா (nâ).

(3.) இ is expressed by the sign ி: கி, சி, தி, ki, chi, ti; டி, di; மி, ரி, ணி, லி, &c.

The student will observe that the curve begins in different places in different letters, and even varies in size; compare கி with டி and லி.

(4.) ஈ is expressed by the sign ீ,—a modification of the இ curve. Thus, கீ, kî; மீ, mî; லீ, lî; வீ, vî.

(5.) உ is expressed variously:—

(1.) க், ட், ம், ர், ழ் and ள் take the sign ு, thus, கு, டு (du), மு, ரு, ழு, ளு.

(2.) ச், ப், ந், ய், and வ் take the sign /, (which in the case of ச is very small),—thus,
சு, பு, நு, யு, வு.

(3.) The remaining take the sign ு, thus,
து, று, ஙு, ணு, ஞு, ளு, லு.

(6.) ஊ modifies the three forms of உ into ூ, ூ and ூ. கு is however more usually written கூ. Thus

1. கூ, டூ, மூ, ரூ, ழூ, ளூ.
2. சூ, பூ, நூ, யூ, வூ.
3. தூ, றூ, ஙூ, ணூ, ஞூ, ளூ, லூ.

(7 and 8.) எ and ஏ prefix respectively the signs ெ and ே. Thus கெ, கே, ke, kê; தெ, தே; லெ, லே.

(9.) ஐ is expressed by prefixing the sign ை. Thus கை, மை, ரை, தை; but the letters ண, ல, ள, ன form this sound thus, ணை, லை, ளை, னை.

The sign ை must not be confounded with ன.

(10.) ஒ requires two signs: ெ before, and ா after the consonant; thus, கொ, பொ, ரொ, லொ; but the letters which are an exception to the 2nd rule, form this sound thus, ணொ, னொ, றொ.

(11.) The long vowel ஓ simply modifies the ெ of the above into ே; thus, கோ, போ, ரோ......ணோ, னோ, றோ.

(12.) ஔ likewise requires two signs: ெ before, and ள after the consonant; thus கௌ, ஙௌ, தௌ.

This sign is rather unsatisfactory to beginners; for கௌ (kou) may also be read kela, and வௌவால் (vouval, a bat) may become velaval as uttered by a child.

3. The characters, then, which are formed according to the above-mentioned rules are termed vowel-consonants (உயிர்மெய்); and they are 216 in number, forming no small addition to the 30 Primary letters.

4. Of the vowel-consonants, the short ones have the increments of short vowels; the long vowels have none.

5. The subjoined table is a complete list as well as analysis of the Vowel-consonants :—

Short vowels.						
Vowel & Sign.		அ Without dot.	இ ி	உ ு	எ ெ	ஒ ெ ா
Hard cons: 6 × 12 = 72.		க	கி	கு	கெ	கொ
		ச	சி	சு	செ	சொ
		ட	டி	டு	டெ	டொ
		த	தி	து	தெ	தொ
		ப	பி	பு	பெ	பொ
		ற	றி	று	றெ	றொ
Soft cons: 6 × 12 = 72.		ங	ஙி	ஙு	ஙெ	ஙொ
		ஞ	ஞி	ஞு	ஞெ	ஞொ
		ண	ணி	ணு	ணெ	ணொ
		ந	நி	நு	நெ	நொ
		ம	மி	மு	மெ	மொ
		ன	னி	னு	னெ	னொ
Medial cons: 6 × 12 = 72.		ய	யி	யு	யெ	யொ
		ர	ரி	ரு	ரெ	ரொ
		ல	லி	லு	லெ	லொ
		வ	வி	வு	வெ	வொ
		ழ	ழி	ழு	ழெ	ழொ
		ள	ளி	ளு	ளெ	ளொ
Total. 216		Short vowels 5 × 18 cons.=90.				

LONG VOWELS.					DIPHTHONGS.	
ஆ ா, ◌	ஈ ◌ீ	ஊ ◌ு, ◌ு, ◌ூ	ஏ ே	ஓ ே ா	ஐ ை, ை	ஔ ெ ள
கா	கீ	கூ	கே	கோ	கை	கௌ
சா	சீ	சூ	சே	சோ	சை	சௌ
டா	டீ	டூ	டே	டோ	டை	டௌ
தா	தீ	தூ	தே	தோ	தை	தௌ
பா	பீ	பூ	பே	போ	பை	பௌ
றா	றீ	றூ	றே	றோ	றை	றௌ
ஙா	ஙீ	ஙூ	ஙே	ஙோ	ஙை	ஙௌ
ஞா	ஞீ	ஞூ	ஞே	ஞோ	ஞை	ஞௌ
ணா	ணீ	ணூ	ணே	ணோ	ணை	ணௌ
நா	நீ	நூ	நே	நோ	நை	நௌ
மா	மீ	மூ	மே	மோ	மை	மௌ
னா	னீ	னூ	னே	னோ	னை	னௌ
யா	யீ	யூ	யே	யோ	யை	யௌ
ரா	ரீ	ரூ	ரே	ரோ	ரை	ரௌ
லா	லீ	லூ	லே	லோ	லை	லௌ
வா	வீ	வூ	வே	வோ	வை	வௌ
ழா	ழீ	ழூ	ழே	ழோ	ழை	ழௌ
ளா	ளீ	ளூ	ளே	ளோ	ளை	ளௌ
Long vowels 5 × 18 cons.=90.					Diph. 2 × 18 cons.=36.	

6. Every vowel and vowel-consonant, as remarked above, is a distinct syllable; and therefore the number of syllables in a word is the same as the number of vowels in it. The mute consonant is added to the preceding vowel. Thus in the word பார்த்துக்கொண்டிருக்கிறேன், there are *seven* syllables, and the word must be divided thus : பார்த் துக் கொண் டி ருக் கி றேன் ; in the first syllable, there are three consonants.

7. The Tamil language has hardly any accents. It is, indeed, necessary to place a greater stress of voice on long vowels, and on syllables in which there are two consonants, but this is natural. So far, however, as individual words are concerned, the alphabet, and especially the vowel part of it, is so phonetic, that spelling as an art may be almost dispensed with. The ear alone can to a very great extent secure the accurate spelling of any single word.

II. *The Guttural.* 1. The Tamil adds yet another letter to the long list of vowels, consonants and vowel-consonants, viz., the ஆய்தம், so called probably from the peculiarity and *minuteness* (ஆய்) of its form and sound. This letter is formed thus ஃ or rarely கூ ; and is pronounced like *ch* in *loch*. It is named அக்கேனம் or அக்கேஞ in common Tamil.

"This letter," says Beschi, "resembles the consonant *g*, obscurely uttered, with a deep guttural sound : it has the force of a consonant, but is never joined with a vowel." It is on this account also called தனிநிலை, the solitary letter.

2. There are three kinds of ஆய்தம்,—the natural, the mutational and the poetical.

The natural âydam comes between a short vowel and any of the six hard vowel-consonants, and is called *natural* as it has always formed part of the word. Thus, எஃகு, கஃசு, கஃடு, இருபஃது, அஃபு, கஃறு—one for each hard consonant, six in all. The mutational âydam occurs thus : in the combination of அவ் and கடிய, the வ் is changed into ஃ, thus அஃகடிய. The poetical âydam is inserted in words by poets to suit the metre ; thus அது, which in prosody is reckoned as one syllable, when the âydam is inserted, becomes two syllables thus, அஃது. Thus there are eight gutturals.

III. *Vowel-prolongation.* 1. When the metre is defective (to the extent of a syllable), a long vowel adds to itself its correlative short vowel. This is termed உயிரளபெடை, from அளபு (increased measure) and எடை (taking.)

2. It occurs in the beginning, middle or end of a word. Thus வாகை becomes வாஅகை ; ஈகை, ஈஇகை ; and so on, ஊஉகம், பேஎகன், தைஇயல், தோஒடீ, மௌஉவல்—initial prolongations. Now, medial: படாஅகை, மரீஇகம், கழூஉமணி, &c. ; final, கடாஅ,குரீஇ, அரோஒ, &c. An example from Poetry will illustrate this better:

அனிச்சப்பூ கால்களையாள் பெய்தாள் நுசுப்பிற்கு
நல்ல படாஅ பறை.

In this couplet, படாஅ is correct as it consists of two metrical syllables, which it could not be, if the long vowel were not prolonged. புலுதம் is a synonym for அளபெடை.

3. As there are 7 long vowels and diphthongs, each of which may occur as initial, medial, or final in a word,—with the exception, however, of ஔ which is used only in the beginning, the number of vowel-prolongations is (7 × 3)—2=19. The addition of the two following makes the number 21.

(*a.*) இன்னிசை, euphonic prolongation. This is made use of even when the metre is correct, but with a view to make the rhythm more euphonic, as in the following distich :

கெடுப்பதூஉம் கெட்டார்க்குச் சார்வாய்மற் றாங்கே
எடுப்பதூஉம் எல்லாம் மழை,

in which கெடுப்பதும் and எடுப்பதும் would have been quite in accordance with the rules of prosody ; but, surely, there is more *poetry* in the prolonged expressions கெடுப்பதூஉம் and எடுப்பதூஉம். It is further necessary to observe that in this as in other instances even short letters may be prolonged by being first changed into long ones.

(*b.*) சொல்லிசை or mutational prolongation, where a final vowel is prolonged and the word changed into another part of speech. Thus நசை is a noun meaning *desire*, but நசைஇ is a past participle meaning *having desired.* Examples of this kind are often met with in Tamil poetry ; one would do here.

உரன்நசைஇ உள்ளந் துணையாகச் சென்றார்
வரன்நசைஇ இன்னும் உளேன்.

IV. *Consonant-prolongation.* ஒற்றளபெடை.

1. When the rhythm is not sufficiently euphonic, poets *double* the following consonants : ங், ஞ், ண், ந், ம், ன், வ், ய், ல், ள் and ஃ, in the middle and end of words, after one or two short letters. The guttural, however, has but *one* position, viz., the middle.

2. There are therefore eleven letters and four situations, but as the ஃ has only two, the exact number of cons. prolongations is (11 × 4)—2=42. Examples. அரங்ங்கம், முரஞ்ஞ்சு, விலஃஃகி &c., பரண்ண், மரம்ம், நலன்ன் ; எங்ங்கிறைவன்.

3. The above-mentioned protractions, both vowel and consonant, are also termed செயற்கை அளபெடை (artificial) in contrast to those which have always formed part of words and which are on that account termed இயற்கை அளபெடை (natural). The following are of this kind, குழூஉ (a collection), ஆடூஉ (male), மகடூஉ (female), மரூஉ (corruption) ; when, these and other similar words assumed these forms, it is impossible to ascertain at present. The prolongations of sounds made in speaking, calling, selling, &c., do not come within the province of grammar. There is nothing resembling the அளபெடை in the English language.

V. *Shortened* உ. 1. The short vowel உ, when joined to a hard consonant at the end of a word, and preceded by a single long vowel, as தேடு, ஊறு, மாது ; or, by a vowel and a consonant, as பந்து, தொன்று, உருட்டு, கொண்டு ; or by at least two vowels, as வரகு, திருடு, பலாசு ;—is said to have but half its quantity (of sound) and is in consequence termed குற்றியலுகரம், from குறு and இயல் (having a shortened sound).

The following then are indispensable to the shortened உ : (1.) it must be joined to a hard consonant ; (2.) it must be preceded by more than one letter, unless in the case of a long vowel. In கோரு, the உ breaks the first rule and is therefore a முற்றுகரம் (a perfect உ) ; அடு breaks the second rule.

2. The குற்றுகரம் is named after the letter which immediately precedes it. If the 'preceding letter' is a single long-vowel, it is termed நெடிற்றொடர்க்குற்றுகரம், as in நாடு, சோறு ; if an ஆய்தம், ஆய்தத்தொடர், as in கஃசு, எஃகு ; if a vowel, உயிர்த்தொடர், as திருடு, மிளகு ; if a hard consonant, வன்றொடர், as பட்டு, வெறுத்து ; if a soft consonant, மென்றொடர், as பந்து, நின்று ; and if a medial consonant, இடைத்தொடர் ; as சால்பு, மார்பு.

3. The total number of the 'preceding letters' makes up the total number of குற்றுகரம், which is as follows :—

7 long vowels, + 1 guttural, + 11 vowels (ஔ cannot come in the middle), + 6 hard consonants, + 6 soft consonants, and 5 medial consonants (வ் cannot precede a hard consonant) = 36 in all. The number may also be ascertained by a simpler but less accurate method, viz., multiplying the 6 தொடர் by the 6 hard consonants.

4. It may with advantage be mentioned here that the shortened nature of the உ allows its *omission* before words beginning with a vowel, or its being changed into a short இ before those beginning with ய். Thus சோறு + உண்டான் = சோற் + உண்டான் = சோறுண்டான் ; ஒடுவது + யானை = ஒடுவதியானை. (See below—Syntax).

Tolkappiyan, an ancient grammarian, considers the உ in நுந்தை (your father), a குற்றுகரம்.

VI. *Shortened* இ. The இ in மியா (an expletive affixed to imperatives) and the இ generated from the combination of short உ with ய, are said to be shortened in quantity. This is evident while pronouncing the letter. Ex. கேண்மியா ; நாகியாது, கதவியாப்பு, (from கதவு, and யாப்பு ; the உ in கதவு, though a perfect one, is occasionally treated like the short உ). There are therefore 37 shortened இ.

Beschi very properly adds to this list the இ which is usually prefixed to words beginning with ய. Thus இயானை, இயமன். The following couplet will shew that short இ is not counted as a syllable in Tamil Poetry.

குழலினி தியாழினி தென்ப தமமக்கள்
மழலைச்சொற் கேளா தவர்.

where the verse must be read as if the தி at the beginning of the second foot were a mere mute consonant.

VII. *Shortened* ஐ. The diphthong ஐ is regarded as a short vowel, when it occurs in words of more than one syllable. Thus, ஐப்பசி, நிலைவு, கற்பனை—in all three parts of a word. In கை, பை, மை &c., the ஐ is integral ; in consequence of which there is a difference of pronunciation between the two.

VIII. *Shortened* ஔ. The diphthong ஔ is likewise regarded as a short vowel in words of more than one syllable ; but it cannot be used in the middle or end of a word. Ex. மௌனம் (taciturnity) ; கௌவல். But the ஔ has its full quantity in கௌ, வௌ, &c.

IX. *Shortened* ம். The consonant ம் is shortened after ண் and ன், and before வ. Ex. மருண்ம் (another form of மருளும்), போன்ம் (another form of போலும்) ; மரம்வலிது, in these the articulation is very slight.

X. *Shortened* ஃ. The guttural which is generated by the combination of final ல் and ள் with த is also abbreviated. As, கல் + தீது = கஃறீது, அல் + திணை = அஃறிணை ; முள் + தீது = முஃடீது.

It is evident that of the ten kinds of Secondary letters enumerated above, the first two alone can properly be called independent letters, the rest being but modifications in quantity of the original ones.

The annexed list gives a complete classification of all the letters in the Tamil language :—

THE COMPLETE ALPHABET CONSISTS OF

I. PRIMARY LETTERS (30)	Vowels	Short.	அ, இ, உ, எ, ஒ	5	12
		Long.	ஆ, ஈ, ஊ, ஏ, ஓ	5	
		Diphthongs.	ஐ, ஔ.	2	
	Consonants	Tennes or surds.	க், ச், ட், த், ப், ற.	6	18
		Nasals	ங், ஞ், ண், ந், ம், ன	6	
		Liquids.	ய், ர், ல், வ், ழ், ள	6	
II. SECONDARY LETTERS (369) — Independent letters (224)	Vowel-consonants	Short	18 cons. × 5 short vowels	90	216
		Long	18 cons. × 5 long vowels	90	
		Diphthongs.	18 cons. × 2 Diph.	36	
	Perfect Aydam	Between Short vowels and surds	...	6	8
		Generated from combination...	...	1	
		Employed for metre...	...	1	
Prolonged letters (63)	Vowel-prolongations	For metre (7×3)—(2 for ஔ)	...	19	21
		For Euphony	...	1	
		For Changing part of speech.	...	1	
	Cons. prolongation	(11 consonants ×4 positions)—(2 for ஃ)	...	...	42
Abbreviated letters (82)	Shortened உ	7 long v.+11 vowels+17 cons.+1 Aydam	...	...	36
	Shortened இ	36 from short உ+1 in நியா	...	...	37
	Shortened ஐ	For three positions.	...	...	3
	Shortened ஔ	For one position only...	...	...	1
	Shortened ம	After ள + after ற + before வ	...	...	3
	Shortened ஃ	Generated from ல and ள	...	...	2

Total number of letters = 399.

Quantity of Letters.

1. Every Tamil letter, whether primary or secondary, has a certain fixed quantity, called மாத்திரை, denoting literally *a measure.*

2. The standard measure or quantity is a certain unit of time occupied by men (of ordinary health) in snapping the finger or winking the eye.

The fractions of this unit are thus illustrated, taking the snap as the integer. The time occupied in bringing the thumb in contact with the middle finger makes up *one-fourth* of the unit, the addition of the pressure, *half*; the twisting, *three-fourths*; and the letting off completes the fraction. The following is the Tamil rule : தொடல் கால், அழுத்தல் அரை, முறுக்கல் முக்கால், விடல் ஒன்று.

3. Distribution of quantity : *Three* measures are assigned to prolonged vowels; *two* to long vowels and diphthongs; *one* to short vowels, short ஐ and ஔ and prolonged consonants ; *half* to consonants, short உ and இ, and âydam : and *one-fourth* to short ம் and ∴.

Kindred, Doubling and Coalescing Letters.

Kindred letters. The following pairs of letters are called இனவெழுத்து—kindred to one another. Thus, அ, ஆ ; இ, ஈ ; உ, ஊ ; எ, ஏ ; ஒ, ஓ ; ஐ, இ ; ஔ, உ : க், ங் ; ச், ஞ் ; ட், ண் ; த், ந் ; ப், ம் ; ற், ன். The medials have no kindred. Of the kindred consonants, the mute nasals, occurring in the middle of words *without doubling themselves*, must be invariably followed by their kindred surds. Ex. சங்கம், அஞ்சு, கொண்டு, வந்து, கொம்பு, நன்றி.

2. *Doubling consonants.* All the consonants except ர் and ழ் may be doubled. Thus, பக்கம், இங்ஙனம், மச்சம், விஞ்ஞானம், பட்டம், கிண்ணம், பித்தம், செந்நீர், வெப்பம், வெம்மை, வெய்யம், வெல்லம், தெவ்வர், வெள்ளம், பற்று, சின்னம். These are termed உடனிலைமெய்ம்மயக்கு.

Coalescing consonants. All consonants except க், ச், த், and ப், may coalesce with other consonants. The coalescing of nasals with their kindred surds has been already mentioned. These are termed வேற்றுநிலைமெய்ம்மயக்கு. Thus: ஞ், ந், and வ் with ய, தெவ்யாது, உரிஞ்யாது, பொருந்யாது; ட் and ற் with க, ச, and ப, with—கட்கம்,கட்சி, நுட்பம்,கற்க, பயிற்சி, கற்பு; ண் and ன் with க, ச, ப, ஞ,ம,ய, வ,—வெண்கலம், வெண்சோறு, வெண்பல், வெண்ஞமலி, வெண்மலர், மண்யாது, மண் வலிது; புன்கண், புன்செய், புன்பயிர், புன்ஞமலி, புன்மலர், பொன்யாது, பொன்வலிது; ம் with ய and வ—கலம்யாது, கலம்வலிது; ய், ர் and ழ் with all consonant initials,—வேய்,வேர், வீழ்கடிது, சிறிது, பெரிது, நீட்சி, மாட்சி, ஞாற்சி, யாது, வலிது; ல் and ள் with க, ச, ப, வ and ய,—வேல், வாள் கடிது, சிறிது, பெரிது, வலிது, யாது; when changed into ன் and ண் in poetry, they are followed by ம், as போன்ம், மருண்ம்.

It will be noticed that in every instance in which a nasal is followed by other than its kindred surd (*e. g.* in உரிஞ்யாது, வெண்கலம், கலம்வலிது &c.) the word is a compound one consisting of two individual words. Of course, when letters express their own names they are not bound by these rules. Thus, அவற்றுள், லனஃகான் முன்னர் யவ்வுந் தோன்றும்.

INITIAL LETTERS.

1. The following letters may be used as *initials*: the twelve vowels, and the ten consonants, க, ச, த, ந, ப, ம, வ, ய, ஞ and ங—22 in all.

(a.) The vowels. Ex. அடி, ஆடை, இடி, ஈடு, உடை, ஊழ், எல்லை, ஏது, ஐயம், ஒப்பு, ஓடை, ஔவியம்.

(b.) Of the consonants, only the first six can combine with all the vowels.

Ex. (க.) கடி, காது, கிளி, கீரி, குழி, கூழ், கெடு, கேடு, கைப்பு, கொடி, கோன், கௌவல்.

(ச.) சதி, சாவு, சிரி, சீலை, சுடு, சூளை, செடி, சேவல், சைகை, சொல், சோகம், சௌரியம்.

(த.) தடி, தார், திரி, தீமை, தும்மை, தூக்கம், தெரி, தேள், தையல், தொன்மை, தோல், தௌவல்.

(ந.) நரி, நாள், நில், நீள், நுந்தை, நூல், நெரி, நேர், நைதல், நொ, நோய், நௌவல்.

(ப.) பறி, பாடு, பிரி, பீடு, புல், பூண், பெறு, பேறு, பையன், பொன், போர், பௌவம்.

(ம.) மதி, மாது, மிதி, மீதி, முன், மூலை, மெய், மேய், மையல், மொள்ளல், மோர், மௌனம்.

2. Of the rest, வ is combined with *eight* vowels, viz., அ, ஆ, இ, ஈ, எ, ஏ, ஐ and ஔ : thus வழி, வாழ், விளி, வீழ், வெளி, வேர், வையம், வௌவால்.

ய, with six vowels, viz. அ, ஆ, உ, ஊ, ஓ, ஔ : thus யவனர், யானை, யுகம், யூகம், யோகம், யௌவனம்.

ஞ, with four vowels, viz. அ, ஆ, எ, ஒ : thus ஞமலி, ஞானம், ஞெகிழ், ஞொள்கல்.

ங is an initial only when preceded by the demonstrative particles அ, இ and உ, and the interrogative particles எ, and யா. Thus, அங்ஙனம், இங்ஙனம், உங்ஙனம், எங்ஙனம், யாங்ஙனம். ஙனம் is, however, never used by itself.

Final Letters.

1. The following letters may be used as *finals:* the twelve vowels, and the consonants, ஞ், ண், ந், ம், ன; ய், ர், ல், வ், ழ், ள்—five nasals and all the liquids.

To the above, the Nannûl adds short உ, making the number twenty-four in all.

2. No words can end in a hard consonant.

3. The vowels are finals in two ways, either by themselves or in combination with consonants. Thus,

(1.) By themselves : அ (that), இ (this), உ (the one between this and that), எ (which), ஒ (root meaning *resemble)* ; ஆ (cow) ஈ (fly), ஊ (flesh), ஏ (arrow), ஐ (beauty), ஓ (flood-gate), ஔ or அவ் (those)—in these examples, each of these vowels is an independent notional word. The short vowels also act as finals in vowel prolongations : ஆஅ, ஈஇ, மகேஉ, சேஎ, ஓஒ.

(2.) In combination with consonants : all except எ. Ex. விள, பலா, கரி, குரீ, கடு, மரூ, சே, தை, நொ, கோ, கௌ. Of these, ஒ can be combined only with ந் ; and ஔ, only with க் and வ். In all vowel-consonants, the vowel is regarded as the final, for ரூ=ர்ஊ.

4. Examples of consonant finals : உரிஞ் (suck), மண், பொருந் (agree), மரம், பொன், வேய், வேர், வேல், தெவ், வாழ், வாள். Of these, ஞ், ந், வ் are very rarely used as finals ; in fact, there is only one word ending in ஞ், viz., the one given above ; only two in ந்,—பொருந் and வெரிந் (the back) ; and only four in வ்,—அவ், இவ் and உவ் (the plurals of அ, இ, உ, otherwise written அவை, இவை &c.) and தெவ் (enmity).

In English, however, almost all the letters are used as initials as well as finals.

SUBSTITUTES.

1. In prose and poetry, one letter is sometimes substituted for another. This is termed போலி in Tamil. போலி, from போல் (like) means *what resembles*, or *resembling letters*. In most cases, this substitution takes place for the sake of euphony.

செயற்பால தோரும் அறனே ; ஒருவற்
குயற்பால தோரும் பழி.

In this couplet அறனே is used for அறமே (virtue), i. e.,

ன் is substituted for ம், the former being more euphonic than the latter.

2. Substitutes are of three kinds; initial, medial and final, according as they occur in the beginning, middle or end of words. Thus:

(*a*.) Initial substitutes.

(1.) அய் for ஐ; thus அய்யா for ஐயா.
கய் வேல் களிற்றொடு போக்கி வருபவன்
மெய் வேல் பறியா நகும்
(கை=கய் for rhyme).

(2.) அவ் for ஔ; thus அவ்வை for ஔவை
அவ்விய நெஞ்சத்தா னாக்கமுஞ் செவ்வியான்
கேடும் நினைக்கப் படும்
(ஔவியம்=அவ்வியம்).

(3.) யா for ஆ; யாடு (ஆடு), யாறு (ஆறு)

(4.) ஐ for அ; மைஞ்சு (மஞ்சு), பைசல் (பசல்),
மையல் (மயல்).

(5.) ஞ for ந; ஞண்டு (நண்டு,) ஞாயிறு (நாயிறு)

It is worthy of remark that the original form நாயிறு has now become obsolete.

(*b*.) Medial substitutes.

(1.) ஐ for அ
- *a.* before ச், அமைச்சன் for அமச்சன் (premier.)
- *b.* before ஞ், இலைஞ்சி for இலஞ்சி (tank.)
- *c.* before ய், அரையன் for அரயன் (king); அரயன் is another form of அரசன்.

(2.) ஞ் for ந்
- *a.* after ஐ, ஐஞ்ஞூறு for ஐந்நூறு (five hundred.)
- *b.* after ய், மெய்ஞ்ஞின்ற for மெய்ந் நின்ற (in the truth.)

(3.) ஞ் for ய்
- *a.* after ண், மண்ஞாத்த for மண் யாத்த
- *b.* after ன், பொன்ஞாத்த for பொன்யாத்த

(4.) ய் for ச்; முயல் for முசல்; அரயன் for அரசன்

(c.) Final substitutes.

(1.) ன் for ம்; மனன் for மனம், மரன் for மரம், confined to names of the Impersonal class.

(2.) ர் for ல்; சாம்பர் for சாம்பல் (ashes).

(3.) அர் for short உ; அரும்பர் for அரும்பு (bud).

(4.) ள் for ல்; குறள் for குறல்; மதிள் for மதில் (rampart).

Most of these substitutes are employed chiefly in poetry; only a few occur in prose. To these may be added the following substitutes used only colloquially, viz., ச் for த், as வைச்சான் for வைத்தான்; வைச்சான் for வைத்தான், உ for ஒ, குடு for கொடு; ஒ for உ, கொடை for குடை; எ for இ, தெற for திற. But not being strictly grammatical these are not to be imitated—but a knowledge of these is desirable; for instance, கொடை as uttered by an educated man will signify *a gift*, while the same uttered by an uneducated or careless speaker (though erroneously for குடை) will signify an *umbrella*; and so of several others.

Figures.

1. The Tamil resembles Greek and other languages in employing its letters to denote numbers, instead of independent symbols like the English. Some of the characters are however slightly varied in form, while in one or two instances, new ones have been invented.

2. Thus க represents *one*; உ, *two*; ௩ (a slight variation of ங), *three*; ௪ (of ச), *four*; ரு, *five*; சா (a small ா added to ச), *six*; எ, *seven*; அ, *eight*; ௯ (addition of a curve to க), *nine*; ௰ (ய slightly altered), *ten*; ா, hundred; ௲, thousand (this appears to be a combination of ச and த).

3. Even the fractions are represented by individual characters; a few will suffice; *half* is denoted by ௐ; *one-fourth* by வ; *three-fourths* by ந; &c.

4. Why certain letters rather than others were selected to denote particular numbers, it is difficult to ascertain. Conjectures may be made with regard to one or two characters, *e, g.* க may have been chosen as it is the *first* consonant; எ is the initial in ஏழு; அ is the initial in the Sans. term for *eight* (அஷ்டம்)

ETYMOLOGY—சொல்லியல்.

The Second part of Tamil Grammar treats of three things regarding individual words :—

1st. Classification, or the different classes or kinds of words and the nature of each.

2nd. Inflection, or the various changes which words undergo in the construction of sentences ; and

3rd. Derivation, or the manner in which individual words are formed and derived.

I. Classification.

1. All Tamil words are divided into four classes, viz., the Name or Noun, the Verb, the Qualifying Word, and the Particle.

2. The Noun or பெயர் is the *name* of any thing that exists in nature.

The English Nouns and Pronouns are included in the Tamil term பெயர் ; thus அவன் (he) is as much a Noun as மனிதன், a man. The *Pronoun* is sometimes rendered பிரதிப்பெயர், but there is no necessity for it.

3. The Tamil term வினை which denotes *action* corresponds to the English *Verb*, which signifies a *word*.

The latter is so called from its importance in a sentence, the former from its application. Logically and more accurately, the Verb (வினை) is that which asserts something about the *subject*. For, though in the sentence, சாத்தன் வருகிறான், வருகிறான் (comes) signifies an action, still, in the sentence சாத்தன் நல்லவன், the word நல்லவன் which no more denotes action than சாத்தன் itself, is regarded as a verb, merely because it makes a statement regarding the subject சாத்தன்.

4. Both Adjectives and Adverbs are expressed in Tamil by one Part of Speech, viz., உரி, *Attribute*.

The Adjective is usually termed பெயருரி, and the Adverb வினையுரி. These three classes of words, namely, the Noun, the Verb and the Qualifying Term, may be called the *notional* words in the language, all others being termed Particles.

5. The fourth-class இடைச்சொல், (middling or intervening words), corresponds to the English Prepositions Conjunctions and Interjections.

TABLE OF PARTS OF SPEECH.

	Tam.	*Eng.*
1.	Noun (பெயர்)	Noun. Pronoun.
2.	VERB. (வினை.)	
3.	Qual. Words. (உரி.)	Adjective. Adverb. Article.
4.	Particles. (இடை.)	Prepositions. Conjunctions. Interjections.

THE NOUN.—பெயர்ச்சொல்.

1. It has been already said that the Tamil பெயர் (pronounced very nearly like பேர், which is only another form) is the name of anything that exists in nature. Thus, சந்தன் (person), சென்னை (place), நாள் (time), பொன் (thing), நன்மை (quality), சாவு, (action), பசி (feeling), &c., are all Nouns.

2. So far the Tamil Noun agrees with the English. But there is another kind of பெயர், called in Tamil வினையால் அணையும்பெயர், corresponding to which there is none in the English language, and which in English is usually rendered into a *Noun or Pronoun and an Adjectival clause.* Thus, நன்றாய் உழைக்கிறவன் விருத்தி அடைவான், *he who labours* well will prosper. Though in the following sentence மரித்தவன் பிழைப்பான், the expression '*the*

dead' might be substituted for மரித்தவன், still the rendering is defective as regards Gender and Number; even then '*dead*' is an Adjective used as a Noun, but not a Noun *per se* like the Tamil word.

3. Tamil Nouns are classified in two ways: 1st according to origin and 2nd according to application.

I. *Classification based on Origin or Derivation.*

(1.) Names which have been given to objects without any reason are termed இடுகுறிபெயர், as மரம், நிலம் நீர், தீ, பொன், நாய். These may be called *Arbitrary Names*, and are further termed மரபு, (primitive) if they have existed from time immemorial, and ஆக்கம், (making) if they are coined by the speaker or writer merely for the occasion and are capable of no further application. For instance, in a certain stanza, the word முட்டை, (egg) is by the poet made to signify the god Subramanya.

Logically, also, the *Arbitrary nouns* are distinguished into Generic (பொது) and Specific (சிறப்பு) according as they denote a genus or species. Thus மரம் is பொது and பனை, சிறப்பு.

(2.) Names which have been given to objects with some proper reason are termed காரணக்குறி, Appellatives. Thus birds are called பறவை, literally *that which flies*, from பற, to fly. The Appellatives are also distinguished into primitive (மரபு) * and special (ஆக்கம்) as well as into generic (பொது) and specific (சிறப்பு). Thus, (பறவை) is a primitive term, while (பல்லவன்), is a special; அணி, (an ornament, lit. that which adorns) is generic, while முடி, (crown) is specific.

For practical purposes, the class of Specials may be left out of consideration, as they are very few, and the Nouns thus classified: Arbitrary - generic, (இடுகுறிப்பொது) or Arbitrary - specific

* The following sûtram explains what மரபு is: எப்பொருள், எச்சொலின், எவ்வாறுயர்ந்தோர், செப்பினர் அப்படிச்செப்புதல் மரபு.

(இடுகுறிச்சிறப்பு) and Appellative-generic (காரணக்குறிப் பொது) or Appellative-specific (காரணக்குறிச்சிறப்பு)

Of course, wherever Specials occur, they may be so termed.

When, however, a name is given partly with reason and partly without it, it is termed காரண இடுகுறி. As, அலரி, a plant.

Table of Nouns classified according to Origin.

NOUNS. (பெயர்).	Arbitrary (இடுகுறி)	a. Primitive (மரபு)
		b. Special (ஆக்கம்)
		c. Generic (பொது)
		d. Specific (சிறப்பு)
	Appellative (காரணக் குறி)	a. Primitive (மரபு)
		b. Special (ஆக்கம்)
		c. Generic (பொது)
		d. Specific (சிறப்பு)

4. II. *Classification based on Application.*

Nouns are also classified according to the different kinds of objects to which they are applied. But before classifying them in this manner, it is better to divide a large portion of them into two groups, viz., the Primary and Derivative.

A. *Primary Nouns.* These are all underived simple Names, and are of six kinds.

(1.) Names of objects, பொருட்பெயர். This term includes all objects with the exception of those mentioned below. As, மனிதன், மரம், வீடு, பொன்.

(2.) Names of places, இடப்பெயர், சென்னை, மலை நதி, காவேரி, நீலகிரி.

It is indeed singular that the Tamil reckons 'mountains' and 'rivers' among places rather than among objects, nor is there any provision for Proper Nouns in the Tamil Grammar. It would however, be an improvement to consider, as Proper, all names which in signification agree with that of the English Proper Noun, and call them தனிப்பெயர். Thus சென்னை, இமாலயம், கந்தன், கங்கை, and other Singular Names may be termed தனிப்பெயர். Besides, the distinction between 'object' and 'place' in certain cases is not clearly drawn out. மலை is as much an object as மரம், and the latter occupies a certain amount of space just as the former.

(3.) Names of time, காலப்பெயர். Thus, இரவு, பகல், மாரி, காலை, மாலை, are all names of time.

(4.) Names of members or parts of a whole, சினைப்பெயர். கை, கால், கண், மூக்கு, இலை, கிளை, வேர், are all of this class. The term சினை means உறுப்பு, a member.

(5.) Names of qualities, குணப்பெயர். As, நன்மை, தீமை, செம்மை, பெருமை, சிறுமை, மென்மை, கடுமை, நன்றி, நலம், நன்கு, மழவு. These are called also பண்புப்பெயர்.

(6.) Names of actions. தொழிற்பெயர். As, போதல் வருகை, கல்வி, ஆட்டம், பாட்டு. This class is largely derivative.

This list nearly exhausts the Primary Nouns. All names answering to the English Collective and Material Names come under the class of Object names. The Personal Pronouns are Primary Names.

B. *Derivative Nouns.* A very large number of Nouns are derived from Primary names and the other Parts of speech. These may be termed பகுபெ யர் (divisible Nouns), and those பகாப்பெயர் (indivisible Nouns).

(1.) From Primary Nouns.

(a.) From object-names. பொன்னன் (பொன்), வீட்டான் (வீடு), மரத்தான் (மரம்).

(b.) From place-names. மலையான் (மலை), ஊரான் (ஊர்), விண்ணோர் (விண்), நிலத்தார் (நிலம்).

(c.) From time-names, வேனிலான் (வேனில் summer) ஆதிரையான் (ஆதிரை sixth lunar mansion), நெரு நலான் (நெருநல் yesterday).

(d.) From part-names, மூக்கன் (மூக்கு), பல்லி (பல்லு; not the lizard), காலான் (கால்), மார்பன் (மார்பு).

(*e*.) From quality-names, கரியன் (கருமை), குள்ளன் (குள்ளம்), வலியன் (வன்மை), கிழவி (கிழமை).

(*f*.) From action-names, ஓதுவான் (ஓதுதல்), ஈவான் (ஈதல்), பாடுவோன் (பாடுதல்), ஓட்டி (ஓட்டுதல்).

Of the above, none of the first five kinds of derivatives can be literally expressed in English by single words. Thus மலையான், is a 'mountain man' ('mountaineer' approaches it, but this is exceptional); நெருநலான், is a 'man of yesterday;' மூக்கன், he who has a (singular-shaped) nose; வலியன், a strong man, or rather, the man of strength. But it is not so with the action names. ஓதுவான் is '*teacher*;' ஈவான் is '*giver*;' பாடுவோன், '*singer*;' but even this is not always the case.

(2.) From Verbs.

(*a*.) From Relative Participles, நடந்தவன், நடக்கிறவன் (from நடந்த and நடக்கிற).

(*b*.) Finite Verbs themselves are used as Nouns. This is peculiar to Tamil. மாண்டார் (those who have been destroyed), கண்டார் (those who have seen), கற்றார் (the learned), பெற்றார் (parents), ஆண்டார் (those who have ruled). The following distich from the Kuṟaḷ illustrates this use of Finite verbs:

> மலர் மிசை ஏகினான் மாணடி சேர்ந்தார்
> நிலமிசை நீடு வாழ்வார்.

In this couplet both the words ஏகினான் and சேர்ந்தார், though in themselves Finite Verbs in the past tense, from the roots ஏகு (to go) and சேர் (to reach), are here used as Nouns, the first in the Sixth or Genitive case, and the second in the Nominative.

These Nouns are called in Tamil வினையாலணையும் பெயர், or briefly வினைப்பெயர், but this name is also applied to such other Derivative nouns as may be used as predicates; thus, in the sentence நல்லன் சாத்தன், நல்லன், which is the subject and which may also be the predicate when the sentence is reversed, is a வினையாலணையும்பெயர், (though பெயராலணையும் வினை would be a more appropriate name). But a distinction is made between these two classes of Nouns, viz., those which are derived from the Relative participles and Finite verbs shewing tense,—and those which are derived from all other (derivative) Nouns; the former, which indicate tense are called தெரிநிலைவினையாலணையும் பெயர், and the latter which do not indicate tense, are called குறிப்புவினையாலணையும்பெயர். This subject will be more fully dwelt upon under "Verbs." We shall call the former class 'Conjugated Nouns,' or 'Appellatives.'

(3.) From the Demonstratives. (சுட்டுப்பெயர்) அவன், அவள் &c. from அ (that); இவன், இவர் &c., from இ (this); உவன், உவள் &c., from உ (between *this* and *that*). These may be called the Demonstrative Pronouns corresponding to *he*, *she*, *it*, &c.

(4.) From the initial Interrogative letters. (வினுப்பெயர்), எவன் from எ (who or which); ஏது from ஏ (who or which); யாது, யாவர், யா, from யா (who or which). These may be called the Interrogative Pronouns.

(5.) From Qualifying Words. சிலர், பலர் from சில and பல (or more properly சில் and பல்); ஒருவன், மூவர், பதின்மர் from ஒரு, மூன்று, and பத்து (Numeral Nouns எண்ணுப்பெயர்). These Numeral nouns have nothing in English corresponding to them, ஒருவன் is *one man*,—a phrase and not a single word; and the same of the other numeral nouns.

(6.) From Particles. பிறர் from பிற; மற்றையோன் from மற்று.

OTHER CLASSES OF NOUNS.

(C.) *Personal Nouns or Pronouns.* பிரதிப்பெயர். 1. These are of two kinds: the 1st Personal and the 2nd Personal, with different forms for each number. To these should be added a third kind, which is common to the three Persons. The First Personal Pronouns are நான், யான், (singular) and நாம், யாம் நாங்கள் (plural). The Second Personal Pronouns are நீ (singular) and நீர், நீயிர், நீவிர், நீங்கள், and எல்லீர், (plural); the Common Personal Pronouns are எல்லாம் for the plural alone, and தான் (singular) and தாம் (plural).

2. Of the two Pronouns நான் and யான், the former is more frequently used. நாங்கள் and நீங்கள் used chiefly in speech are double plurals as will be seen in the Chapter on Inflection. நாம் and நாங்கள் are thus distinguished colloquially : நாம் includes those who are addressed while நாங்கள் excludes them ; thus, தெய்வத்தைநாம்வணங் கவேண்டும், we (and you who hear) must worship God ; நாங்கள் அதைக் கண்டோம், we (not you) saw it. நாம் அதைக் கண்டோம், we (as well as you) saw it. As there is nothing of the kind in the English language, foreigners will do well to attend to this nice distinction of usage.

3. நாம் is used instead of நான், the plural for the singular, in the following instances :

(a.) When one of a company speaks for the rest. நாங்கள் இனிக் கிரமமாய் வருவோம்.

(b.) By persons in high authority, இப்படிச்செய்வது எங் கள் சித்தம். This is the 'honorific நாம்'—மரியாதைப் பன்மை.

(c.) By authors and editors of newspapers and magazines. நாம் இந்நூல் இயற்றலானோம். This, as in English, might be called the 'editorial நாம்.'

(d.) When speaking of the human race. நாம் என்ன ! எண் சாண் குழியிற் பிரவேசிக்கிறவர்கள் அல்லவோ ?

4. Of the Second Personal Pronouns, the forms நீயிர், நீவிர் and எல்லீர் are confined to high classical use. நீங்கள் is a collquial double plural of நீ. Equals address one another as நீங்கள், தாங்கள் (from தாம்) ; also inferiors make use of the same form when addressing superiors. நீர் is the *colloquial singular*, except in the following instances where நீ is made use of :—

(a.) In addressing an inferior, as a master speaking to his servant, a father to his child, or a teacher to his pupil. நீ ஏன் நேற்றுவர வில்லை ? Why did *you* (Shakespeare would say *thou*) not come yesterday? But a superior speaking to one who though inferior in rank is still a respectable person, will say நீர், thus the Sovereign to his minister, நீர் சொல்வது நியாயமாய்த் தோன்றுகின்றது. But in angry and scornful language, நீ is used even when addressing superiors.

(b.) In addressing those who are objects of affection, நீ is invariably employed. Still the idea of inferiority is maintained even here. The person who loves is superior to the beloved one. என் அருமை இரத்தினமே ! நீ என்னை மறந்தாயோ ?

(c.) In addressing the Deity. ஓ பகவா நீ எனக்குத்தந்தையுந் தாயும்அல்லவோ ? This noble manner of addressing the Deity, so peculiar to the Tamil poet and devotee, has been unfortunately abandoned by Tamil Christians who substitute the colloquial நீர் for நீ. The other Dravidians have not done so, and the English have faithfully adhered to '*thou*.'

Of course, in poetry, நீ is always used, whether the person addressed be equal, inferior or superior.

D. *Transferred Nouns.* ஆகுபெயர். 1. These constitute yet another important class of Nouns. In these words, by a sort of catachresis (which must have taken place at a very remote period and which certainly does not take place at the present time nor at any time that one may wish) *the name of one object is transferred to another kindred or contiguous to it.* The terms ஆகுபெயர், and 'metonymy' do coincide, but they are not coextensive.

ஆகு means *to become,*—the name of one thing *becoming* that of another.

2. There are as many kinds of ஆகுபெயர் as there are ways in which the transference of meaning can be effected.

(1.) பொருள் ஆகுபெயர். Transferred object-name. The name of an object is transferred to one of its parts. Ex. ஆம்பல் அணையதேம்பொதி செவ்வாய், where ஆம்பல், *a plant,* is made to denote its flower.

(2.) இடவாகுபெயர். Trans. place-name. The name of the place is applied to something contained in it, or as it is in English, 'the container for the contained'; உலகம் என்ன சொல்லும் ? Here உலகம், the world, means 'the public.' Thus in English, 'what will the world say.'—'The kettle boils.'

(3.) காலவாகுபெயர். Trans. time-name. The name of the season is given to what grows or takes place in it. கார் அறுத்தது. In this sentence, கார் denotes a certain harvest reaped in the கார் (rainy) season.

(4.) சினையாகுபெயர். Part for the whole, or 'synecdoche' புளிமுளைத்தது, the name of the fruit (tamarind) for the tree; வெற்றிலை நட்டான், the name of the leaf for the creeper. This is the exact reverse of the first kind, 'the whole for the part.' Compare the English, 'Where my little feet did pass.' 'Mine eyes shall see thy salvation.'

(5.) குணவாகுபெயர். 'The abstract for the concrete,' the name of the quality for the thing possessing that quality. கார் நிகர் வண்கை, a hand liberal as the *cloud*; but கார் originally denotes *blackness*. A very common figure in English. Cf. 'Where grey-beard mirth and smiling toil retired.'

(6.) தொழிலாகுபெயர். Trans action-name. The name of the action is applied to the result produced by it, or to that which underwent the action. வற்றல் உண்டான்; வற்றல் means *drying in the sun*, but in the example, it signifies an eatable which has been so dried.

(7.) அளவை ஆகுபெயர். Trans. measure-name. Names indicating measure (in the abstract) are applied to their concretes. This is only a species of the 5th kind of transference. Of this species, however, there are four kinds:—

(*a.*) எண்ணல் அளவை: காலாலே நடந்தான். literally, 'walked with one-fourth,' the leg being a fourth of the stature. The waist is called அரை, lit. *half*. ஒன்று the Adj. *one*, denotes *one thing*.

(*b.*) எடுத்தல் அளவை : துலாக்கோல். Literally, a *lifting stick*, but the phrase here denotes a pair of scales. In துலாவிறைத்தான், the word is applied to the *well-sweep*, ஏற்றமரம்.

(*c.*) முகத்தல் அளவை : படி உடைந்தது, the abstract 'measure' here denotes the vessel which answers to that measure. In 'ஒருபடிஅரிசி,' படி retains its original meaning.

(*d.*) நீட்டல்அளவை : இச்சுவர்பத்துச்சஜம் : கஜம், a word indicating a 'lineal measure' is here applied to a wall having that measure. Cf. 'Give an inch and he takes an ell.'

(8.) சொல்லாகுபெயர். The Tamil synonymes for 'word,' சொல், உரை, மொழி &c. are used in other than their original meanings. இந்நூலுக்கு உரைஎழுதினன், where உரை means *meaning* or *commentary*. Cf. the English, 'one *word* more and I have done.'

(9.) தானி யாகுபெயர். The 'contained for the container,' the opposite of the 2d. விளக்கு முறிந்தது, here, விளக்கு (light) signifies the stand on which it rests; and நெஞ்சுபிளந்தது. தானி means that which is in a தானம், place.

(10.) காரண ஆகுபெயர். Transference of cause to effect : e. g. a book which treats of holy advice(திருமொழி) is so named from that cause. Compare the English titles, 'Holy War,' 'Paradise Lost,' 'The Task.'

(11.) காரிய ஆகுபெயர். Transference of effect to cause, the reverse of the former. நான் அலங்காரம் வாசிக்கிறேன். I am reading Rhetoric—the name of the effect to the treatise from which it is obtained by study.

(12.) கர்த்தா ஆகுபெயர். A treatise named after its author. திருவள்ளுவர் பார்த்திருக்கிறீரா ? meaning Tiruvalluvar's Kuṟaḷ. Very frequent in English. 'He reads Shakespere.' 'One should spend his days and nights with Addison.'

(13.) உவமை ஆகுபெயர். Metaphor involving a single term. காளைவந்தான். The youth came, though காளை literally denotes, 'a young heifer.' Also all names (Proper), named after gods and goddesses, belong to this class, இராமசாமி, சானகி.

(14.) இருபெயரொட்டாகுபெயர். Two Nouns coming together, the former by transference indicating the latter. Thus வகரக்கிளவி. In this phrase கிளவி (a word) is made to signify a *letter* (the letter வ).

ஆகுபெயர் is also classified into விட்ட ஆகுபெயர், விடாத ஆகுபெயர், and விட்டும் விடாத ஆகுபெயர். But these are not of sufficient mportance to be explained here, nor are they of frequent occurrence even in classical compositions.

One point, however, deserves to be remembered in connection with the Tamil Metonymy. *Transference* is not only single, as we have seen in the examples cited above, but also *double* and even *treble*. Double Trans. is termed இருமடி (lit. twofold), and Treble, மும்மடி ஆகுபெயர். In புளித் தின்றான், 'he ate tamarind,'—the name of the taste (sourness) is transferred to the fruit (tamarind)—this is single transference. In புளிநட்டான், 'he planted the tamarind,' the name of the taste is first transferred to the fruit and thence to the plant—double transference. In கார் அறுத்தது, the name of the colour (blackness) is trnsferred to the *cloud* and that to the *rainy season*, and that again to the *harvest* reaped in that season—treble transference.

TABLE OF NOUNS.

Classified According to Application.

I. Primary.

- (1.) Objects பொருள்
- (2.) Place இடம்
- (3.) Time காலம்
- (4.) Members சினை

} Common, Proper & Collective.

- (5.) Qualities குணம் — Abstract.
- (6.) Actions தொழில் — Verbal.

II. Derivative.

a. From Nouns.

- (1.) Object-names
- (2.) Place-names
- (3.) Time-names
- (4.) Member-names
- (5.) Quality-names
- (6.) Action-names

b. From other words.

- (7.) Demonstratives
- (8.) Interrogatives
- (9.) Adjectives
- (10.) Particles

} (1.)–(10.) Indefinite conjugated Nouns.

- (11.) Rel. Participles
- (12.) Finite verbs

} Definite conj. Nouns.

III. Personal Nouns.

- (1.) 1st Personal
- (2.) 2nd Personal
- (3.) CommonPers.

} Pronouns.

IV. Transferred Nouns.

- (1.) The six Primary Nouns.
- (2.) அளவை (measure)
  - a. எண்ணல்
  - b. எடுத்தல்
  - c. முகத்தல்
  - d. நீட்டல்
- (3.) சொல் Verbal.
- (4.) தானி Situation.
- (5.) காரணம் Cause.
- (6.) காரியம் Effect.
- (7.) கர்த்தா Author.
- (8.) உவமை Metaphor.
- (9.) இருபெயரொட்டு Apposition.

Also
- a. இருமடி
- b. மும்மடி

THE VERB.—வினை.

1. The Verb signifies action. Ex. நட, (அவன்) போனான், (இவள்) வருவாள்.

Properly speaking, the Verb is that which asserts something about the subject, as, சாத்தன் நல்லன், where the Noun நல்லன் acts as a Verb. The assertion may be Affirmative, or Negative; Declaratory, Imperative, Interrogative, or Optative; or it may imply an action, quality or state.

2. The Nannûl defines the Verb as follows :—

செய்பவன், கருவி, நிலம், செயல், காலம்
செய்பொருள் ஆறும் தருவது வினையே.

A Verb is that which contains the following six marks, viz. agent, instrument, place, action, time and object. Thus in the sentence குயவன் குடத்தை வனைந்தான், 'the potter has made the pot',—the potter is the agent; the clay, wheel, &c., instruments; the making, the action; past-tense, the time; and the pot, the object of the action.

3. There are two large classes of Verbs, தெரிநிலை and குறிப்பு, which may be called the Definite and the Indefinite.

There is nothing corresponding to this in the English Verbs, as will be seen presently.

DEFINITE VERBS.—தெரிநிலைவினை.

4. The Definite Verbs are those which shew tense by certain distinct marks, as, சாத்தன் வந்தான், where வந்தான் clearly shews the past tense by certain marks, (*e. g.*, ந்) contained in itself—hence the Tamil term தெரிநிலை.

The Definite Verbs, then, are the proper Verbs—the Indefinite (குறிப்பு) being, simply, other Parts of Speech acting as predicates.

5. The Definite Verbs are variously classified :—

(1.) Finite Verbs and Participles. முற்றுவினை and எச்சவினை. They are *Finite*, if they express the agent by shewing Gender, and *Participles* if they do not shew it. In other words, Finite verbs have *personal* terminations, of which the Participles are destitute. In சாத்தன் வந்தான், வந்தான் indicates the agent by its termination ஆன் ; but change the sentence into வந்த சாத்தன் ; here வந்த is without any termination of gender and cannot therefere be said to be complete (முற்று). The term எச்சம் (from எஞ்சு to decrease) denotes *deficiency*. (See Inflection—Verbs.)

(2.) Regular and Irregular. Exactly as in English—those are regular which form their tenses in the usual manner, while the irregular (which however are very few) do the contrary, at least with regard to the past tense. செய், கொடு, போ are regular; வா, படு (to suffer), சா (to die) are irregular. But this distinction is not so important in Tamil as in English.

(3.) Active and Neuter. செயப்படுபொருள் குன்றா வினை and செயப்படுபொருள் குன்றியவினை, or literally, Verbs which have objects (செயப்படுபொருள்) and Verbs which have no objects.

Thus, சாத்தன் கொற்றனை அடித்தான். Here அடித்தான் is transitive, its object being கொற்றனை; but in the example சாத்தன் வென்றான், though the object is not expressed, வென்றான் is still a Transitive verb. In சாத்தன் நடந்தான், the Verb is intransitive, because, it neither has, nor can have an object. When, however, the grammatical subject is made the object and not the real agent of the action indicated by the verb, the verb is said to be *passive*, செய்பாட்டுவினை. As, நான் அடிக்கப்பட்டேன், I was beaten; மூக்கு அறுந்தது, the nose was cut off.

As a general rule, the Tamil Active verb cannot be used as a Neuter without changing its form, but this is not the case with English Transitive verbs. 'I move the table', and 'I move' are examples of the same Verb being used transitively and intransitively. Take the same verb as an example, and render the sentences into Tamil, thus நான் மேசையை அசைக்கிறேன், and நான் அ

வைசகிறேன், here the verbs are different, and the form is usually modified when the verb is changed from the active into the neuter or *vice versa*.

(4.) Subjective and Objective. தன்வினை and பிறவினை. This classification is a very important one and it is based on the nature of the agency implied in the action.

If the action of the verb is performed directly by the (grammatical) agent, the verb is said to be *Subjective*. Ex. நான் நடக்கிறேன், நான் அடிக்கிறேன் where in both the instances, it is *I* (the grammatical agent) that walk and strike. As shewn in these examples, the subjective, verb is either active or neuter. If, however, the action is only indirectly performed by the grammatical agent (or through the agency of another) the verb is said to be *Objective*. Ex. நான் குதிரையை நடப்பிக்கிறேன். Here the real performer of the act is the horse, though I am the cause of his walking. In the first example, *I* am the *direct* agent, in the second, the *indirect* agent; besides, in the first, நட is a neuter verb, in the second, it is an active verb governing the object குதிரையை, and changing its form into நடப்பி.

Thus every objective verb is also a transitive verb, and there is not a single neuter verb in Tamil that cannot become active by assuming the objective form. An (active) Objective verb is a kind of 'Double transitive.'

These Objective verbs correspond to certain Causative forms of verbs in the English language. Thus *rise* is எழும்பு, *raise*, எழுப்பு; *sit*, உட்காரு, *set*, உட்காருவி; *walk*, நட, *walk the horse*, குதிரையை நடத்து, &c. Regarding the various ways in which Tamil Verbs merge from the subjective into the objective form, see below.—(Inflection—Verbs.)

INDEFINITE VERBS—குறிப்புவினை.

1. The Indefinite or Indirect verbs are other Parts of Speech used as Finite Verbs (or predicates), and Participles.

This class of Verbs, peculiar to Tamil Grammar, owes its origin to the absence of the copula in Tamil. For in English, when the predicate happens to be any other part of speech but the Verb, as in the example, 'John is *a good boy*,' it is united to the subject by the verb *to be*, which is, in consequence, termed the 'copula.' The Tamil, however, effects this differently, by affixing to the predicating word the same gender-mark as the subject, thus, சாத்தன் நல்லவன், சாத்தி நல்லவள், மரம் பெரிது. These sentences may be expanded into, சாத்தன் நல்லவனாய் இருக்கிறான், &c., but to do so would not be idiomatic, unless special emphasis require it. Thus, in the kind of sentences here referred to, while in English the part of speech of the predicate continues to be the same, in Tamil, it becomes a Verb, but as it shews no tense (at least directly), it is called குறிப்புவினை.

In our classification of Nouns, we have the Derivative class —consisting of those nouns which are derived from simples words; thus the Derivative Nouns (குறிப்புவினையாலணையும் பெயர்) and the Indefinite-Verbs (குறிப்புவினை) are identical as to origin though opposed as to use. They are Nouns or Verbs according as they are used as the one or the other Part of Speech.*

2. When used as predicates, the Indefinite Verbs are termed Finite Verbs, குறிப்பு வினைமுற்று; as, சாத்தன் நல்லவன்; but when they are used as Participles, they are termed குறிப்பு வினை யெச்சம் and குறிப்புப்பெயரெச்சம், as, நல்ல சாத்தன்; வல்ல கொற்றன். (Relative Participles); அவனை அன்றிச்செய்; பழியின்

* It is at first sight strange that the (Tamil) name of Derivative *Nouns* should be derived from that of the Indefinite *Verbs*, instead of the reverse being the case. The reason appears to be a logical one. The use of Derivative Nouns originates in *predication*, for when one uses the term நல்லவன், one makes this an assertion concerning a certain subject, and thus the word comes to be used first of all as a Verb and is consequently termed குறிப்புவினை, and when this same word is used as a Noun, it is named குறிப்புவினையால் அணையும்பெயர்.

றி நட (Verbal Participles). But the latter are very few in number

3. Indefinite Verbs are derived from

(1.) Nouns, மரம் சிறிது. (சிறுமை) (2.) Interrogatives, as, அவன் எவன் ; நீயார் ? (3.) Demonstratives கொற்றன் இவன், கொற்றி அவள். (4.) Adjectives, அவன் சான்ருன். (5.) Particles, as நீ சிங்கத்தைப் போன்றவன் (போல்) ; வற்றியஓலைகலகலக்கும் (கல கல) ; மன்னு உலகத்து மன்னியது புரிமோ (மன்).

The Indefinite Participles are derived chiefly from Abstract Nouns (பண்பு) ; thus, அரிய from அருமை ; பெரிய from பெருமை ; சிறிய from சிறுமை ; நல்ல from நன்மை ; அன்றி from அன்மை ; இன்றி from இன்மை.

Auxiliary Verbs.—துணைவினை.

1. The following verbs are used as Auxiliaries to other Verbs : இரு, கொண்டிரு ; ஆம், வேண்டும் ; படு, உண் ; விடு, கொள், போ, இடு, ஆயிற்று ; ஆகு, அருள், வா, வை, தா ; கூடும், மாளும், ஒழுது, &c.

2. These are as a rule affixed to the participles of other Verbs, whose meanings they greatly modify. The various meanings expressed by the Auxiliaries are permission, continuity, emphasis, obligation, necessity, passivity, power, wish, entreaty, habit, warning, intention, the subordinate tenses, &c.

There are thus a greater number of Auxiliary Verbs in Tamil than in English.

For details, see Inflection.—Verbs.

Defective Verbs.—குறைவினை.

1. Some Verbs are deficient in many of their parts. They are as follows :—ஒ (resemble), போதும் (it is enough), தகு (fit), வேண்டும் (must), மாட்டு (can), கட (may or must), கூடு (can). A few are Indefinite ; வேறு (another), இல் (is not), அல் (is not) ; உள் (it is).

2. To these may be added a few verbs which are used without a Nominative, in the 3rd person singular and which

may be termed Impersonal Verbs. எனக்கு அனலாயிருக்கிறது. உன்னால் நடக்கொணாது. These, however, differ from the English Impersonal Verbs—for the latter are strictly *unipersonal* which the former are not.

COMPOUND VERBS.—தொடர்வினை.

Verbs are often combined with other Verbs as well as other Parts of Speech. In such cases, they may be called Compound Verbs.

(1.) With other Verbs ; கண்டெடுத்தான், போக்கடித்தான், தேடியெடுத்தான்.

(2.) With themselves ; முறுமுறுத்தான், சிறுசிறுத்தான், பெருபெருத்தான், கறுகறுத்தான்.

(3.) With Nouns; அடி அடித்தான், கூலியெடுக்கிறான்; பூபூத்தது, காய் காய்க்கின்றது ; புறப்படு.

(4.) With Particles ; முன்சென்றான, பின்சென்றான் ; உட்கொள், கீழ்ப்படி.

TABLE OF VERBS.

- I. DEFINITE (தெரிநிலை).
  - With reference to
    - 1. Signification.....
      - a Finite.
      - b. Participles.
    - 2. Conjugation......
      - a. Regular.
      - b. Irregular.
    - 3. Action............
      - a. Transitive.
      - b. Intransitive.
    - 4. Agency............
      - a. Subjective.
      - b. Objective.
- II. INDEFINITE (குறிப்பு).
  - Derived from........
    - 1. Nouns............
      - (a.) The six 'kinds.'
      - (b.) Interrogatives.
      - (c.) Demonstratives.
    - 2. Qual. words.
    - 3. Particles.
- III. AUXILIARY.
- IV. DEFECTIVE.
- V. COMPOUND.
  - a. With itself,
  - b. With other Verbs.
  - c. With Nouns.
  - d. With Particles.

QUALIFYING WORDS.—உரிச்சொல்.

1. Qualifying Words limit the application of Nouns and Verbs.

The term உரிச்சொல் literally means 'words of proprie-ty.' These words are invariably placed *before* the Parts of Speech they qualify, though of course the order is frequent-ly reversed in poetry.

2. Qualifying Words may be divided into those which qualify Nouns(பெயருரி Adjectives) and those which qualify Verbs (வினையுரி Adverbs).

I. THE ADJECTIVE.

Of the Adjectives, the simplest class are the De-monstratives (சுட்டுரி).

1. There are three Demonstratives, viz., அ, இ and உ. These three are not letters but words having special significa-tions. அ means *that*, இ, *this*, and உ, which is seldom used, *between this and that, or the middle.*

The Demonstrative Pronouns mentioned above, namely, அவன், அவள் &c. are all derivied from these simple Adjectives. The adjectival nature of அ, இ and உ is brought out when they are prefixed to nouns, thus, அ(ம்)மனிதன் that man; இ(ம்)மரம், this tree; அ(வ்)வாடு, that sheep; இ(வ்)யானை, this elephant. *

To these Demonstratives may be added a small number of Nouns used adjectivally and indicating place or direction As, மேல், கீழ், உள், வெளி, புற, முன், பின், நடு, அகம், &c, As, மேல் வீடு, கீழ்த்திசை, முன்அணி, பின்வகுப்பு, உள்ளறை.

---

* To distinguish the Demonstratives used as Adjectives from those used as parts of Demonstrative Pronouns, Tamil authors have termed the latter அகச்சுட்டு (those contained *within* a word) and the former புறச்சுட்டு (those *without* a word). Thus, அ in அவன் is அகச்சுட்டு while the same in அப்பையன் is புறச் சுட்டு.

The more usual but corrupt forms of அ and இ are அந்த and இந்த; thus, அந்த மனிதன்; இந்த மரம். The forms அன்ன and இன்ன are also derived from the same source, but they differ slightly in meaning; இன்னமனிதன் is not the same as இந்த மனிதன். The first expression means 'such a man', and does not refer to the proximate situation, that the word இந்த does. From அன்ன and இன்ன are derived the Nouns அன்னன், இன்னான், &c., also இன்ன வின்ன, such and such. The English demonstratives *yon* or *yonder* may be expressed by அதோஅந்த or simply அந்த.

2. The Interrogative Adjective (வினஉரி). There is but one, எ, with its common forms எந்த and என்ன. Thus, எ(ம்) மனிதன், எந்த மனிதன், என்ன மனிதன், all denote 'which man.' Of these, என்ன (with its contracted form என்) may be used also as a Noun, என்ன சொன்னாய், *what* did you say? In எவன், எ, like அ in அவன், is a mere particle, though the word means 'which man or boy?' The compound என்னவென்ன or more brifley என் என்ன nearly corresponds to 'whichever' & 'whatever' in English.

The Articles may be introduced here.

(1.) From the way in which the Tamil numeral ஒரு is prefixed to certain Nouns, and omitted before certain others, the student will see that ஒரு does not always denote the number '*One*', but answers to at least one signification of the English Indefinite article '*a.*'

ஒருபுத்தகங் கொண்டுவா means 'bring me *a* book' *any* book; but, புத்தகங் கொண்டுவா means usually 'bring me *the* book,' some particular book. Thus, ஒரு signifies any individual of a given species; and it is, as a rule, prefixed to all Nouns which have this signification. ஒரு ஊரிலே ஒரு வர்த்தகன் இருந்தான், 'in a certain town there lived a merchant;' ஒரு தாய்க்கு இரண்டு

பிள்ளைகள் இருந்தார்கள். In these examples, ஒரு is evidently an Article, குறிப்புச்சொல்.

But in the following examples, it is the Numeral Adjective 'One'; நல்லவனுக்கு ஒரு சொல்; ஒரு பையனுக்கு இரண்டு பழமானால், மூன்றுபேருக் கெத்தனை ! In all such cases, the word ஒரு must be emphasized. In cases, therefore, where ஒரு does not specially signify 'number,' it may be called the 'Indefinite Article.'

(2.) Though there is no word called the 'Definite Article' in Tamil, still there is what may be termed a 'definite' usage of Nouns. பசு பால்கொடுக்கும்; மைதானத்தில் ஒருபசு மேய்ந்துகொண்டிருக்கிறது; ஒரு பசு கரியது, ஒரு பசு செவ்வியது. In these examples, the first Noun (பசு) is 'the cow', the second 'a cow,' and the third 'One cow' and 'another cow' respectively.

Thus a Noun becomes definite when it is used without the article ஒரு; in such cases, it indicates, like the English 'the,' either the whole class or some particular individual of a class. In the first example, பசு indicates the whole species of cows; but in the sentence, பசுவை வீட்டுக்குக்கொண்டுபோ, 'take the cow home,' it has the latter meaning.

Definiteness therefore is secured in Tamil by the omission of the Indefinite Article: compare theEnglish expressions 'Go to school,' 'come from church', 'the bill is before Parliament'

(3.) The '*the*' of 'a whole class' is also elegantly expressed in Tamil by the addition of a Conjugated Noun such as ஆனவன், ஆனவள், &c மனிதனானவன் மரணத்திற்குரியவன்; சிங்கமானது மிருகேந்திரன் எனப்படும்.

---

3. *The Numeral Adjectives.*—எண்ணுரி. These are of two kinds, Definite and Indefinite.

(1.) The Definite Numerals are those which express a *definite* number, as பத்துநாள், பத்தாம்நாள். These are,—

(*a.*) *Cardinal*, தொகை எண். These indicate '*one*' or totals of two or more things or persons. ஒரு மாங்காய், இரண்டு பழம், நூறு பேர்.

All the Numerals with the exception of ஒரு are also used as Nouns indicating the abstract numbers. Thus இரண்டும் இரண்டும் நான்கு, so in English, '*two* and *two* are four.'

The noun form of ஒரு is ஒன்று.

The Numerals இரண்டு, மூன்று &c. have also other Adjectival forms corresponding to ஒரு. Thus மூன்று தேவர் may be written also முத்தேவர் ; இரண்டுசெவி, இரு செவி ; நான்கு காலி, நாற்காலி. But these changes will be treated of under the 'Laws of Sandhi' The fractional numerals கால், அரை, முக்கால், &c., also come under this list.

(*b.*) *Ordinal*, முறை எண். These Numerals indicate the position or rank held by a person or thing in a given series.

The ordinals are formed by adding the termination ஆம் to each of the cardinals except ஒன்று. Thus, இரண்டாம் புத்தகம் ; நான்காம் மாணாக்கன் ; இருநூற்றைம்பத் தோராம் சங்கீதம். The ordinal of ஒன்று is முதல் or முதலாம், as முதற் புஸ்தகம், முதலாம் பாடம். In compounds, however, of the kind quoted above, ஓராம் and not முதலாம் is the ordinal form, பதினோராம் பக்கம், 'the eleventh page.' முதல் is the only underived ordinal.

It is well to mention here that the Adjective முதலிய or முதலான formed from முதல் corresponds to the Latin '*et cetera*,' and the English, '*and others*,' '*and so on*.' பொன், வெள்ளி முதலிய லோகங்கள் gold, silver *and other* metals.

The forms ஒற்றை, இரட்டை, திரி, சதுர், *odd*, *even*, or *double*, &c., may also be regarded as Numerals.

The addition of ஆவது to the Numerals makes them Adverbs. முதலாவது, இரண்டாவது, &c., First or firstly, secondly, &c.

(c.) *Distributives*, பகுப்பெண். ஒவ்வொரு, இவ்விரண்டு, மும்மூன்று, &c.*

(2.) *Indefinite.* All Adjectives which indicate number—but not number of any definite kind are included in this list. பல, சில, அநேக, எல்லா, சகல. These are also used and declined as Nouns.

4. *Adjectives of Quantity.* அளவுரி. நனி, கூர், கழி, தட, மெத்த, கொஞ்ச, சிறிய, சிறு, பெரிய, அதிக, நெடு, குறும், நுண், முழு, &c.

5. *Adjectives of Quality.* பண்புரி. நல், தீய, அரும், பசும், செம், தூய், மேல், வீண், சுத்த, நித்திய, ஐ, சீர், செழு, கெழு, செத்த, கெட்ட, விழு, வாள், உரு, குரு, &c., &c. ; அழகான, தீய, தீமையான &c.

It will be observed that most of these are (Relative) Participles and Nouns used as Adjectives. The relative participles are rightly called பெயரெச்சம் in Tamil—for there is no difference between them and the 'adjectives' which are also '*noun-defects.*'

ADVERBS—வினையுரி.

1. The Tamil Adverbs, like those in English, limit or modify the meaning of Verbs, Adjectives and other Adverbs. As, விரைவாய் நட; ஆலயந் தொழுவது சாலவும் நன்று; மிகவும் நேத்தியான காட்சி; மிகவும் அழகாய் நடக்கிறான்.

* The Article 'the' is often expressed in Tamil as an Adjective and is equivalent to அந்த or இந்த. Thus, Bring me the book, அந்தப்புத்தகத்தைக் கொண்டுவா; Thou art the man, நீயே அம் மனிதன் or அந்த மனிதன்; the country is fertile, தேசம் செழிப்பாயிருக்கின்றது or இந்ததேசம் &c.

2. Like the Adjectives, most of the Adverbs are Nouns and (Verbal) participles (வினையெச்சம்) used as Adverbs.

For example, மிகவும், 'very' = மிக (verbal part. of மிகு to increase) + உம், a particle, and it means literally, 'to increase even.' இவ்வாறு, 'thus' or 'in this manner,' = இ (demonst. adj.) + ஆறு (way or manner); அழகாய், 'beautifully,' = அழகு (noun) + ஆய் (verbal part. of ஆகு, to become) literally, 'beautiful having become;' நாளைக்கு, 'to-morrow,' = நாளை, (another form of the noun நாள்) + கு (the dative sign). There are few genuine Adverbs in Tamil.

3. Adverbs shew—

I. *Place.* இங்கே, அங்கே, எங்கே, ஆங்கு, உள்ளே, புறம்பே, புறத்தே, வெளியே, முன், பின், நடுவே, அப்பால், இப்பால், அப்புறம், குறங்கே, வலமே, இடமே, செவ்வே, நேரே, எதிரே, ஈங்கு, அம்பர், இம்பர், உம்பர், சூழ, மருங்கு, கிட்டே அருகே, தூரமாய், சமீபத்தில், &c., &c.

Some of these are Compounds. இங்கே = இங்கு + ஏ; சமீபத்தில் = சமீபம் + அத்து + இல்.

Phrases. அங்ஙனம், இங்ஙனம், அந்தண்டை, இந்தண்டை, எங்கெங்கு, அவ்விடம், இவ்விடம், எங்கேயாவது, எவ்விடத்திலாயினும், ஒரோவிடத்து, &c.

II. *Time.* இப்பொழுது, (lit. *at this time*) அப்பொழுது, எப்பொழுது, இப்போது, அப்போது, எப்போது, இன்றைக்கு, நாளைக்கு, முன், பின், முன்னே, பின்னே, இனி, இனிமேல், நேற்று, இன்று, முன்னர், பின்னர், தினந்தோறும், தினம், நாளை, நாள்தோறும், ஒருவேளை, சிலவேளை, அடிக்கடி, மறுபடியும், மீளவும், மீண்டும், திரும்பவும், மறுத்தும், மட்டும், வரைக்கும், வரையில், பரியந்தம், உடன், உடனே, சீக்கிரம், சீக்கிரமாய், மெல்ல, சற்று, இன்னும், இன்னம், &c., &c.

Phrases. ஒருகாலும், ஒருபொழுதும், காலத்துக்குக்காலம், இதற்குள்ளே, அதற்குள்ளெ, எப்பொழுதாவது, பொழுதார, பொழுதோடே, இப்படியிருக்கையில் &c.

III. *Manner.* தான, தானே, ஒருவாறு, கொன்னே, வீணாய், வாளா, சும்மா, துணையும், சர்வமும், சுகலமும், ஒருங்கே, முழுதும், வலிய, தனியே, மிகவும், இப்படி, அப்படி, இத்தனை, அத்தனை, இவ்வளவு, அவ்வளவு, மாத்திரம், (மாத்திரை), இம்மாத்திம், அம்மாத்திரம், நன்றாய், நேர்த்தியாய், அழகாய், இவ்வாறு, அவ்வாறு, எப்படி, எவ்வாறு, இவ்வண்ணம், அவ்வண்ணம், எனைத்தும், பைய (from பசுமை), &c.

IV. *Quantity.* சால, மெத்த, கொஞ்சமாய், அதிகமாய், அளவு, அளவுக்குமிஞ்சி, மிச்சமாய், மிதமிஞ்சி, மேன்மேலும், கிஞ்சித்தும், கழி, நனி, ஏராளமாய், தாராளமாய், (ரொம்ப), நிரம்ப, நிறைய, கொஞ்சங்குறைய, ஏறக்குறைய, சுமார், &c., &c.

4. Besides these, there are a good many words —originally other Parts of Speech—which partake of the properties of Conjunctions and Adverbs, inasmuch as they connect subordinate clauses and qualify predicates. மழை பெய்த (படியால்) குளம் நிறைந்தது ; நீ வரா(விட்டால்) நான் கொடேன் ; உன்னைக் காணும் (பொருட்டு) நான் வந்தேன்.

These Conjunctive-adverbs denote reason or cause, effect, condition or supposition, concession, purpose exception, reference and comparison, while some of them are cumulative, and alternative. These are employed chiefly in the common dialect. Thus,

(1.) *Reason.* ஏன்எனில், ஏன் என்றால், என்னத்தினாலெனில், இனால், படியால், படியினாலே, &c.

(2.) *Effect.* ஆகையால், ஆதலால், ஆதலில், ஆனதுகொண்டு, ஆனதுபற்றி, அதினாலே, &c.

(3.) *Condition.* ஆனால், ஆயின், ஆகில், அன்றேல், எனின், விட்டால், ஆயிருந்தால், கடை, இடத்து.

(4.) *Concession.* ஆனாலும், ஆயினும், ஆகிலும், எனினும், விட்டாலும், இருந்தாலும், ஆயிருந்தாலும், &c.

(5.) *Purpose.* படி, படிக்கு, பொருட்டு, ஆக, நிமித்தம், &c.

(6.) *Exception.* ஒழிய, தவிர, அற, அன்றி, அல்லாமல், அல்லது, அல்லாது, இல்லது, இல்லாது, இன்றி, இல்லாமல், &c.

(7.) *Reference.* பற்றி, குறித்து, &c., rendered in English by Prepositions, like *about, concerning, &c.*

(8.) *Comparison.* (unequal) விட, பார்க்க, காட்டிலும், பார்க்கிலும், corresponding to 'than' in English.

(9.) *Cumulative.* அதன்றி, அதுவுமன்றி, இதன்றி, இதுவுமன்றி, அன்றியும், அல்லாமலும், மேலும், கூட, &c.

(10.) *Alternative.* ஆவது—ஆவது; ஆனாலும்—ஆனாலும்; ஆகிலும்—ஆகிலும்; ஆகட்டும்—ஆகட்டும்; அல்லது, &c.

5. It will be hereafter observed that all these particles and all the derivative Adverbs are either

(a.) Nouns in (1.) the nominative (சீக்கிரம்), (2.) Instrumental Ablative (ஆசையால்), (3.) Dative (படிக்கு), (4.) Locative (வருகையில்), and (5.) Oblique forms as புறத்தே, அகத்து, இடத்து.

or *(b.)* Verbs of (1) Infinitive mood (பார்க்க), (2.) Future participle (எனின்), (3.) negative participle (அல்லாமல்), (4.) past participle affixed to a noun (அழகாய்), and (5.) past participle (பற்றி from பற்று).

TABLE OF QUALIFYING WORDS.

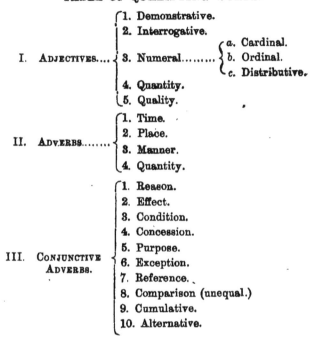

I. ADJECTIVES....
- 1. Demonstrative.
- 2. Interrogative.
- 3. Numeral.........
  - a. Cardinal.
  - b. Ordinal.
  - c. Distributive.
- 4. Quantity.
- 5. Quality.

II. ADVERBS........
- 1. Time.
- 2. Place.
- 3. Manner.
- 4. Quantity.

III. CONJUNCTIVE ADVERBS.
- 1. Reason.
- 2. Effect.
- 3. Condition.
- 4. Concession.
- 5. Purpose.
- 6. Exception.
- 7. Reference.
- 8. Comparison (unequal.)
- 9. Cumulative.
- 10. Alternative.

PARTICLES—இடைச்சொல்.

1. Particles have no meaning *in themselves* like the three Parts of Speech explained above, but they are most usefully employed in the construction of individual words as well as in the numerous inflections of the other Parts of Speech.

It is difficult to define the Particle. The Nannûl simply enumerates the different kinds and states where they are used. They cover a much wider space than all the Conjunctions, Prepositions and Interjections taken together. The Tamil term இடைச்சொல் literally signifies a 'middle word'—it is quite appropriate as regards the situation of Particles in sentences and individual words.

2. The Nannûl enumerates *eight* classes of Particles :

(1.) Case-endings, வேற்றுமை உருபுகள் : ஐ, ஆல், ஒடு, கு, &c., will be treated of in the Inflection of Nouns.

(2.) Verbal terminations, வினை உருபுகள் : அன், ஆன், அர், ஆர், &c., will be treated of in the Inflection of Verbs.

(3.) Euphonic increments, சாரியை உருபுகள் : அன், ஆன், இன், அல், &c.

(4.) Particles of comparison, உவம உருபுகள் : போல, புரைய &c.

(5.) Singnificant Particles, தத்தம்பொருள இடைச்சொல் : ஏ, ஓ, உம், &c.

(6.) Lengthening or sound-filling. இசை நிறை.

(7.) Expletives for metre, அசைநிறை.

(8.) Mimetic particles, குறிப்பிடைச்சொல்.

3. We shall begin with the

Euphonic Increments. சாரியை. These are seventeen in number, அன், ஆன், இன், அல், அற்று, இற்று, அத்து, அம், தம், நம், நும், ஏ, அ, உ, ஐ, கு, ன் ; also the following, தன், தான், தாம், ஆம், ஆ. Besides, we have already noticed what are called எழுத்துச்சாரியை, viz., கரம், காரம், கான்.

These increments are employed chiefly to prevent *hiatus* in the formation of words.

Ex. அன்,—அதனை = அஃது + அன் + ஐ ; செய்தனன் = செய் + த் + அன் (incre.) + அன் (masc. term).

இன்,—affixed only to Nouns to form inflectional bases, மணியினை = மணி + ய் + இன் + ஐ ; வண்டின்கால்.

அற்று,—employed exactly like இன், எல்லாவற்றையும் = எல்லாம் + அற்று + ஐ + உம்.

அத்து,—as above. மரத்தை = மரம் + அத்து + ஐ ; நிலத்தை = நிலம் + அத்து + இல்.

அ, employed in the construction of Verbal nouns, and Finite Verbs; செய்தது = செய் + த் + அ (incre.) + து (neut. term).

உ, affixed to Nouns and Verbs, சொல்லு = சொல் + உ; அவனுக்கு = அவன் + உ (incre.) + க்கு.

ஐ, as above. இல்லை = இல் + ஐ; நாளைக்கு = நாள் + ஐ (incre.) + க்கு.

கு, inserted in Verbs only. செய்குவேன் = செய் + கு + வ் + ஏன்.

ஏ, ஆன் and இற்று. Used with Numerals. ஒன்றேகால் ($1\frac{1}{2}$) = ஒன்று + ஏ + கால்; இருபான் (twenty) = இரு + பத்து + ஆன்; பதிற்றுப்பத்து = பத்து + இற்று + பத்து.

அம் and ஆம். With Nouns: புளியங்காய் = புளி + அம் + காய்; மண்ணாங்கட்டி = மண் + ஆம் + கட்டி.

தம், நம் and நும்: affixed to the noun எல்லாம்; எல்லார்தம்மையும்; எல்லீர் நும்மையும்; எல்லா நம்மையும்.

ன், ஆன்கன்று = ஆ (cow) + ன் + கன்று (young one); கோ + ன் + ஐ = கோனை; also ந், thus, மொழிநர் = மொழி + ந் + அர்.

அல், தன், தான், தாம்; தொடையல் (garland); அவன்தன்னை, அவன்தான், அவர்தாம், used in poetry.

ஆ. இல்லாப்பொருள் = இல் + ஆ + பொருள்.

4. The following are the *Expletives* employed to fill up the metre. இசைநிறை and அசைநிறை. யா, கா, பிற, பிறங்கு, அரோ, போ, மாது, இகும், சின், குரை, ஓரும், போலும், இருந்து, இட்டு, அன்றே, ஆம், இன்று, கொல், ஆல், தெய்ய, ஒடு. A few examples will suffice.

(1.) விதைக்குறு வட்டில் போதொடு பொதுள (ஒடு).
(2.) சொல்லேன் தெய்ய (தெய்ய).

(3.) கற்றதனா லாய பயனென் கொல் (கொல்).

(4.) யாதானும் நாடாமால் ஊராமால் (ஆல்).

(5.) அஞ்சுவதோரும் அறனே. (ஒரும்).

5. The following expletives are affixed to the Second Person in poetical compositions, and serve the same end as those enumerated above: மியா, இக, மோ, மதி, அத்தை, இத்தை, வாழிய, மாள, ஈ and யாழ. Examples:

தண்டுறை ஊர் காணிக (இக).

நீயொன்று பாடித்தை (இத்தை).

காமஞ் செப்பாது கண்டது மொழிமோ (மோ).

6. *Mimetic Particles.* ஒலிக் குறிப்பு. These Particles imitate the sounds they denote: பொத்தென்று வீழ்ந்தது (பொத்); ஆறு சல சல வென்று பாய்ந்தது; பனங்காட்டு நரி சலசலப்புக்குப் அஞ்சுமோ? (சலசல); கலீர் என ஒலித்தது (கலீர்); டப் டப்பென வெடித்தது (டப் டப்). Compare the English. 'The buzzing bee,' 'the stone went whizzing;' 'murmuring rills.'

7. *Particles of Similarity.* உவமஉருபுகள். They are as follows: போல, புரைய, ஒப்ப, உறழ, மான, கடுப்ப, இயைய, எய்ப்ப, நேர, நிகர, அன்ன, இன்ன, &c.

Most of these are Infinitives (நிகழ்காலவினையெச்சம்). போல is the most familiar particle மயிலைப்போல் நடக்கிறாள். This particle is also written போல், போலும், தலையை மொட்டை அடித்தாற் போலிருக்கிறது. Of the rest ஒப்ப, நேர நிகர, and அன்ன are occasionally employed in the Common dialect.

8. Certain Particles are used to express sudden emotions of the mind. (Interjections) குறிப்பிடைச் சொல்.

Joy. ஓகோ, சபாஷ், சபாஸ், பளபளா, ஆஆ, அடடா, அடெடே.

Sorrow or pain. அப்பா, அம்மா, ஐயோ, ஐயையோ, அந்தோ, கூகூ, கூ, பாவம், அச்சோ.

Surprise. ஓகோ, ஓஓ, அகா, அப்பா, அம்மா, ஆஆ, அப்படியா, என்ன, அம்மம்மா.

Attention. பத்திரம், அம், உஷ், இதோ, அதோ, இங்கே, இருஇரு, நில்நில், பொறு.

Answer. ஆம், ஆம் ஆம், நல்லது, இல்லே, இல்லே இல்லே, அல்ல அல்ல, அப்படியே, ஆகட்டும், ததாஸ்து (be it so).

Calling. அடா, அடே, அடீ, அடியே, ஓய்.

Contempt. சீ, சீச்சீ, போ, ஏஎ, தோலோதோல்.

9. But the most important particles are those which may be termed the 'Significant Particles' (தத்தம்பொருள இடைச்சொல்) those which variously modify the meanings of the words to which they are affixed : ஆ, ஏ, ஓ ; என, என்று ; உம், மன், மற்று, கொல், அந்தில், ஆங்கு, அம்ம.

(*a.*) ஆ is an interrogative particle. அவனா ? he ? வந்தானா ? has he come ?

Besides this, ஆ has no other signification except as a Verbal termination. The particles ஏ and ஓ also interrogate —these then are the three interrogating particles in Tamil— but they differ slightly from one another. Thus :

ஆ simply intimates a question ; அவனா செய்தான், did *he* do it ? ஓ implies a doubt ; அவனோசெய்தான், was it he indeed who did it ? ஏ expresses certainty ; அவனே செய்தான், surely, he did it ?

(*b.*) The powers of ஏ. These are six according to the Nannûl.*

(1.) *Isolation.* பிரிநிலை. Ex. அவருள்இவனே கொண்டான், it was indeed this one among them that purchased (it)—a single individual is separated from the rest of the company.

(2.) *Interrogation.* வினா. Ex. நீயே செய்தாய், it was you that did so, wasn't it ?

The addition of ஏ to Finite Verbs amounts to saying 'you know it.' Ex. அன்றைக்கு வந்தானே மனிதன், அவன் இறந்து போனான்; don't you know the man who came here the other day, he is dead.

(3.) *Enumeration.* எண். Ex. நிலனே, நீரோ, தீயே, வளியே, lit. earth *and* water *and* fire *and* wind. But this is classical usage.

(4.) *Euphonic Expletive.* ஈற்றசை. Ex. ஏகாரம்மே (poetry); ஆகையினாலே (prose); Adverbs எங்கே, முன்னே.

(5.) *Emphasis.* தேற்றம். Ex. நானே அதைச் செய்தேன். I myself did it; சன்மார்க்கருக்கே புகழ், praise is due to the virtuous alone.

To emphasize the 3rd, 5th and 7th cases, two ஏ's must be added as the first is merely an expletive; பட்டயத்தினாலேயே அவன் சாவான் he will die by the sword *and by nothing else*; பொன்னிலேயே செய்த நகை; காட்டிலேயே இருக்கிற மிருகங்கள்.

(6.) *Metrical Expletive.* இசைநிறை. ஏயே! இவள் ஒருத்திபேடியோ. Oh ! Oh ! is this woman alone an idiot ? ஏஏ is here a meaningless metrical syllable. It also expresses contempt.

ஏ is also a *vocative* particle. என்மகனே ! O my son !

---

* பிரிநிலை, வினா, எண், ஈற்றசை, தேற்றம், இசைநிறை, என ஆறு, ஏகாரம்மே.

(c.) The powers of ஓ are said to be eight.*

(1.) *Ellipsis* ஒழியிசை, the particle indicates a counterpart that is understood. கொளலோகொண்டான்? true, he has obtained his object (but he will not prosper by it).

படிக்கவோவந்தாய்? is a little different from படிக்க வாவந்தாய்? The latter is no more than a mere question, whereas the former implies a little dispraise as regards the party addressed. It is indeed difficult to draw the line of demarcation between these nice distinctions.

(2.) *Interrogation.* வினா. This is an interrogation combined with doubt, as mentioned above. So this form of questioning must be employed only in cases of doubt. பழமோ காயோ is a familiar (Tamil) expression. கொற்றனோ சாத்தனோ எவன் வந்தான்? not கொற்றனோ, சாத்தனோ; நீ பொய் சொன்னதுண்டா and நீபொய் சொன்னதுண்டோ are not the same in signification.

(3.) *Speciality.* சிறப்பு. ஓஒ பெரியன் (praise); ஓஒ மூடன் (dis-praise).

(4.) *Negation.* எதிர்மறை. A negative answer is expected. நானோசெய்தேன், did *I* do it? (No).

(5.) *Certainty.* தெரிநிலை. Points out a thing by denying. correlatives, but this is very rare. ஆணோ? அன்று; பெண்ணோ? அன்று. What then? It must be a hermaphrodite (அலி).

(6.) *Pity.* கழிவு (lit. what is gone). இப்படியேன் வருந்துவானோ? Why should he thus suffer?

(7.) *Expletive.* அசைநிலை. கட்டுரைப்ப தென்கொலோ. கொல் as well as ஓ are expletives here. There are however very few instances in which it is thus used.

---

* ஒழியிசை, வினா, சிறப்பு, எதிர்மறை, தெரிநிலை, கழிவசை, நிலை, பிரிப்பு என எட்டு ஓவே.

(8.) *Separation.* பிரிநிலை. அவருள் அவனோ கொண்டான். This is the same as the first force of ஏ.

It must be evident that 'doubt' is the chief signification of the particle ஓ. There are a few other uses of this particle which are worth remembering :

(i.) ஓ and ஏ are very elegant and forcible *connectives* of *Modal propositions* ; குரு எப்படியோ, அப்படியே சிஷனும் ; நீ நடப்பதெவ்வாறோ, அவ்வாறே உன்மாணாக்கனும் நடப்பான் ; தாய் போகும் இடம் எதுவோ, அதுவே அவள் பிள்ளைக்கும் இடம்.

(ii.) ஓ has also a *conditional* force. நீ அதைச் செய்தாயோ, செத்தாய், you are dead, *if* you do it ; வந்தையோ அடிபடுவாய் ; பார்க்கவோ வெகு அழகாய் இருக்கும்.

(iii.) *Adversative.* இவன் வெகு சமர்த்தன, இவன் தம்பியோ, இவனிலும் சமர்த்தன் ; நான் வெகு நாளாய் புத்திசொல்லிவந்தேன், அவனோ கேளாமற் போனான். *Whereas.* நீயோ பிடித்ததை விடாமல் இருக்கிறாய், whereas you are obstinate.

(iv.) The addition of ஓ to *Interrogative* nouns removes the question, but asserts a great doubt ; எவனோவந்தான், some one came, I don't know who ; எங்கேயோபோனான், he went, I do not know where.

(*d.*) The forces of என and என்று. In poetry, these particles are also written என and என்ற.*

(1.) *Verb-connective.* வினை. மைந்தன் பிறந்தானென (என்று) தந்தை மகிழ்ந்தான். The father rejoiced to hear *that* a son was born. Particle introducing a quotation.

(2.) *Noun-connective.* பெயர். உறை ஊர் எனச் (என்று) சொல்லப்படுவது, 'the town *named* Ureiyûr.

* வினை, பெயர், குறிப்பிசை எண் பண்பாறினும் என எனும் மொழி வரும் ; என்றும் அற்றே.

(3.) *Suddenness.* குறிப்பு. பொள்ளென வந்தாள். She dropped in suddenly. (Very rare).

(4.) *Mimetic-affix.* இசை. தொப்பென (என்று) விழுந்தது; சலசலவென (என்று) அசைந்தது. (Very common.)

5. *Enumerative.* எண். நிலனென நீரெனத் தீயென வெளியெனப் பூதம் நான்கும். Here என means '*and*.' Poetic use.

(6.) *Quality-connective.* மெல்லெனெ நடந்தது. 'It walked softly' என here corresponds to the adverbial affix '*ly*.'

The following powers may be studied with advantage :—

(i.) *Analogy.* புலிபாய்ந்தெனப் பாய்ந்தான். புலிபாய்ந்ததுபோல,—very frequent in poetry.

(ii.) *Logical consequence,* especially at the beginning of a sentence. எனவே, அவ்வாறு செய்வதில் பயன் இன்று.

(*e.*) The forces of உம் (called உம்மை in Tamil grammars) are said to be eight.*

(1.) *Negation.* எதிர்மறை. வருதற்கும் உரியன் 'he deserves *even* to be present' implying that he deserves also to be absent. வாராதற்கு உரியன்.

(2.) *Speciality.* சிறப்பு. குறவரும் மருளுங்குன்று, a hill (so lofty) as to terrify *even* the Kuravar—(a race of mountaineers)—(praise உயர்வு); பார்ப்பானுங் கள் உண்கிறான், *even* the Brahmin takes toddy—(dispraise இழிவு). மீனும்நாறின. (Râmâyana.)

(3.) *Doubt.* ஐயம். பத்தாயினும் எட்டாயினும் கொடு, give (me) ten *or* eight.

---

* எதிர்மறை, சிறப்பு, ஐயம், எச்சம், முற்றளவை, தெரிநிலை, ஆக்கமோடு உம்மை எட்டே.

Here, however, it is not so much the உம் as the whole particle ஆயினும், (which might also be written ஆவது) that expresses the doubt.

(4.) *Ellipsis.* எச்சம். This is of two kinds, *past* (இறந்தது தழீஇயது) if the ellipsis is a past action, &c., and *future* (எதிரது, &c.) if it refers to a future action, &c. Thus in the sentence கொற்றனும் வந்தான், Kottran *too* has come,'—if the ellipsis is சாத்தன் வந்ததன்றி, (not only has Sattan come), it is past ellipsis; but if it is ஆகையால் சாத்தனும் வருவான், (so Sattan too will be coming presently), it is future ellipsis. Not of much importance.

(5.) *Completeness.* முற்று. The உம் is essential to every expression of completeness. எல்லாரும் வந்தார் கள்; முழுதும் இழந்தேன்; வீடுகள் எல்லாம் (எல் லா+உம்) இடிந்தன, the உம் is obviously in the word எல்லாம்.

But in negative propositions, உம் denotes 'not all,' ' some ;' in other words it changes them into particular affirmatives : எனக்குப்பத்தும் வேண்டாம். ' I do not want *all* the ten,' or ' I want some ;' எனக்கொன்றும் வேண்டாம், I want nothing—literally, I do not want ' *even one.*'

(6.) *Enumerative.* எண் or அளவு. சாத்தனும் கொ ற்றனும் தேவனும் பூதனும் வந்தார். Here உம் is the English ' and.' In negative clauses, the same உம் is equal to ' neither—nor.' எனக்குத்தந்தையும் தாயும் இல்லை. I have *neither* father *nor* mother.

(7.) *Certainty.* தெரிநிலை. அரசனும் அல்லன் மந் திரியும் அல்லன், ' *neither* king *nor* minister, (therefore somebody else).

(8.) *Change.* ஆக்கம் (a becoming). The particle here signifies a change from one state to another, (வலியன்)

நெடியனும் ஆயினன், from strength to tallness; (பால்) மருந்தும் ஆயிற்று, from being food to medicine.

Further, the following are some other uses of உம் which are worth noticing :—

(i.) *Different Cases as well as Nouns in the Genitive* cannot be connected by உம், as it is done in English. The reason is that in English, 'and' connects even particles, which is not the case in Tamil. It is wrong to say, அவனுளும் எனக்கும் வீட்டிலும் என்ன! or உனதும் எனதும் அவனதும் வீடு.

(ii) Neither Finite Verbs nor Relative Participles can take உம் as an affix.

(iii.) உம் is often added to the signs of the Social Ablative and the Fifth Case. அவன் அவனைக்கோபத்தோடும் அடித்தான்; என்னிலும் அவன் சமர்த்தன். In these words, the உம் is an expletive.

(iv.) The addition of உம் gives a *concessive* force to Verbal Participles. செய்தும், செய்தாலும். (Though).

But the Infinitive (நிகழ்கால வினையெச்சம்) is modified in two ways: (1.) It becomes Optative. நீர்வரவும், may you come; and (2.) Adverbial of time, அவன்வரவும், *as soon as* he came.

(v.) It is affixed to Particles: அன்றியும், அல்லாமலும், மேலும், &c.

(vi.) It gives a distributive force to interrogative nouns. எவனும் வருவான் every one (not *who ?*); யாரும், all, everybody. In Numeral nouns (எண்ணுப்பெயர்), the உம் means *all*: பத்துப்பேர் வர்தார்கள், ten people came; but பத்துப்பேரும் வந்தார்கள், *all* the ten. This உம் is essential when the number is a fixed one: பாண்டவர் ஐவரும்; தந்தைதாய் இருவரும்; அறம் இரண்டும் (இல்லறம் and துறவறம்); தமிழ்நாட்டு மூவேந்தரும், &c.

(vii.) In universal Negatives, உம் is essential : பலாக் கோட்டு நீலயானை என்றும் இல்லை ; ஒளிமுன் இருள் எங்கும் இல்லை.

The above are the most important particles and are of very frequent occurrence in poetry as well as prose.

(*f.*) The forces of மன்.* This and the following particles are confined to poetry :—

(1.) *Expletive.* அசைநிலை. அது (மன்) கொண்கன் தேரோ, that is the chief's car.

(2.) *Elliptical.* ஒழியிசை. கூரியதோர் வாள்மன். (So sharp as to saw even iron).

(3.) *Change.* ஆக்கம். நெடியன்மன். 'He is tall' (besides being strong).

(4.) *Pity.* கழிவு. சிறியகட்பெறினே எமக்கீயும் மன்னே. Had he obtained an elephant, he would have given it to us (but he is dead).

(5). *Abundance.* மிகுதி. எந்தை எமக்கருளுமன். Our father will give us *plenty* ; விதவாதனமன்னே (Nannûl), *to a great extent,* those which have not been detailed (below).

(6.) *Permanence.* நிலைபேறு. மன்னு உலகத்து மன்னியது புரிமோ. Do what will be *lasting* in this *fleeting* world.

The words here are not Particles, but Indefinite verbs derived from மன் which here signifies *durability.*

Tolkappiyau makes no mention of this and two other powers in his work. It is also a medial particle, என்மனார்.

(*g.*) The forces of மற்று.

(1.) Change of action. வினைமாற்று. இனிமற்றென்றுனா.

* மன்னே. அசைநிலை, ஒழிஇசை, ஆக்கம், கழிவு, மிகுதி, நிலைபெறுகும்.

(2.) Expletive. அதுமற்றம்ம. And

(3.) *Some other.* But this is evidently implied in the first power. தொல்காப்பியன் says மற்றென்கிளவி (word) வினைமாற்றசைநிலை, அப்பால் இரண்டெனமொழி மனார் புலவர்.

(*h.*) The forces of தில், which invariably precedes the particle அம்ம.

(1.) Desire, விழைவு. அரிவையைப் பெறுகதில் அம்மயானே.

(2.) Time, காலம். பெற்றாங்கறிகதில்லம்மஇவ்வூரே.

(3.) Implied ellipsis, ஒழியிசை. வருக தில்லம்ம வெஞ்சேரிசேர.

(*i.*) கொல் has two senses :—

(1.) Expletive. சென்ற நங்காதலர் வருவர்கொல்.

(2.) Doubt. சாத்தன் கொல் கொற்றன் சொல் ?

(*j.*) அந்தில் and ஆங்கு have also two uses :—

(1.) Expletive. அந்திற் கழலினன் ; சொரிந்திட்டரிப்பரித்தாங்கு.

(2.) Place. வருமே சேயிழை அந்திற் கொழுநற்காணிய, the jewelled wife will be coming to see her husband there. ஆங்காங்காயினும் ஆக.

(*k.*) அம்ம signifies :—

(1.) Expletive, உரையசை : அதுமற்றம்ம.

(2.) You listen, கேண்மின் : அம்ம வாழி தோழி.

(*l.*) மா is a particle used after the Optative. மாயக் கடவுட்கு உயர்க மா வலனே !

10. The following may also be remembered as they are of frequent occurrence in prose.

(i.) ஆம், affixed to Finite Verbs has the force of 'it appears,' 'it seems,' 'they say,' 'it is said': அவன் சொன்னானாம், it appears he said (so). அவள் அழகுக்கு ஒப்பில்லையாம். She is said to be surpassingly beautiful. ஒருவனுக்கு இரண்டு பிள்ளைகள் இருந்தார்களாம். (Narrative).

(ii.) ஆகட்டும் has the force of 'be it be he'. எவனு கட்டும், எதுவாகட்டும்.

(iii.) ஆக்கும் is another Particle denoting 'probability,' 'similarity,' &c. அவன் வந்தான் ஆக்கும்; நான் கிழ வனுக்கும்.

(iv.) தோறும் is a Distributive Particle of time and place; நாள் தோறும் (every); ஊர்தோறும்.

(v.) படி with present and past Relative Participles shews 'attitude,' 'manner' நின்றபடியே (standing); சொன்ன படியே (according to). இருக்கிறபடி. With future Rel. Part., 'purpose' வரும்படி, நிற்கும்படி.

(vi.) அன்றோ, அல்லவோ, அல்லவா denote 'is it not,' 'does it not,' &c. அவன் வருவான் அன்றோ! He will come, won't he?

TABLE OF PARTICLES.

1. Case-endings (உருபு)
2. Verbal terminations (விகுதி)
3. Euphonic increments (சாரியை)
4. Expletives (அசை) { (1.) Filling up metre. (2.) Affixed to 2nd Person.
5. Mimetic (ஒலிக்குறிப்பு)
6. Similarity (உவமை)
7. Interjections (குறிப்பு)
8. Significant (தத்தம்பொருள்)

ETYMOLOGY—II. INFLECTION.

Inflection treats of the changes which words undergo in order to express various relations and meanings.

Of the four Parts of Speech, the Noun and Verb alone are inflected,—the former for *Class* (திணை), *Gender* (பால்), *Number* (எண்), and *Case* (வேற்றுமை) ; the latter, for *Voice* (வாய்பாடு), *Mood* (துறை), *Tense* (காலம்), besides *Number*, *Gender*, *Person* (இடம்), and other characteristics.

To *decline* a noun is to carry it through all the Cases in both the Numbers.

To *conjugate* a verb is to carry it through all the Voices, Moods, Tenses, &c., by which it is varied.

Though there are Degrees of Comparison, they do not affect the Qualifying words.

INFLECTION OF NOUNS.

CLASS—திணை.

1. All objects are divided into two classes, உயர் திணை and அஃறிணை, the High Class and the Not-high Class.*

2. The term உயர்திணை represents all the rational creatures, consisting of gods, angels, men and infernals, while the term அஃறிணை denotes all the irrational creatures and inanimate objects. Thus கடவுள், மனிதன், யமன் are உயர்திணை ; நாய், மரம், கல் are அஃறிணை.

Beschi designates these as the *Sublime* and the *Inferior* Gender ; but considering the objects to which the Tamil names are respectively applied, they may be appropriately

---

* மக்கள், தேவர், நரகர், உயர்திணை ;
மற்றுயிர் உள்ளவும் இல்லவும் அஃறிணை.

rendered in English as the *Personal* and the *Impersonal* Class. This classification is peculiar to Tamil; and therefore in parsing a Tamil noun, the first thing to be said of it is the *Class* to which it belongs.*

3. In the figure called Personification, and chiefly in fables, irrational animals are spoken of as belonging to the Personal class (உயர்திணை), and endowed with the grammatical distinctions of that class. சூரியன் தோன்றினன்.

Similarly, Personal Nouns are sometimes used as Impersonals. "தெய்வம் உளது என்பார் &c.;" குருசாமியெழுந் தருளிற்று, the Priest has vouchsafed to come. பிள்ளை, when denoting a *child* and not a *son*, and குழந்தை with its synonymes, not being persons, are treated as Impersonal Nouns.

4. Names which are applied to Personal as well as Impersonal objects are called பொதுப்பெயர், Common-class Nouns. Ex. தாய், mother (of man or brute); ஆண், male (of man or beast); கொற்றன், name (lit. the victorious one)—(of man or beast); சாத்தன், கொற்றி, சாத்தி, பெண், சாதி, முடவன், முடத்தி, ஊமை, செவியிலி; the Pronouns நான், நாம், நீ, நீர், எல்லாம், &c. These names are also called விரவுப்பெயர்.

There are no grammatical forms by which one class is distinguished from the other, except through the terminations of Gender.

---

* This classification of nouns, though not so imaginative as that of the Indo-European and Semitic tongues, is decidedly more philosophical; for the difference between rational beings and beings or things which are destitute of reason, is more momentous and essential than any difference that exists between the sexes.—Dr. CALDWELL.

GENDER—பால்.

1. There are five Genders : ஆண் (masculine) பெண் (feminine), பலர் (many—masculine or feminine) ; ஒன்று (one) and பல (many). Of these, the first three belong to the Personal class (உயர் திணை), and the last two to the Impersonal (அஃறிணை).

The term பால் does not convey the same meaning as the English word *gender* ; it simply denotes *class* or *division*, i. e., a division of the two Classes. In Tamil, the grammatical distinction of sex is confined to the Personal class. Names of the *lower* class have no gender whatever—except in a very few instances; the same name is employed to denote the female as well as the male. Even when there are different names for the male and the female, as எருது (bull) and பசு (cow), they are not parsed as masculine and feminine as the English—but merely as the ஒன்றன்பால்.

2. Among Personal Nouns, therefore, there are two genders, the masculine and the feminine.

It must however be remembered that this distinction is maintained only when the nouns are singular ; for, when they are plural, they are called the 'plural gender' without any reference to the sex which they actually denote.* Thus, மனிதன் is masculine but மனிதர் is பலர்பால் though still of the same gender. Again பெண்டு is feminine, while பெண்டிர் is பலர்பால்—so that மனிதர் (men) and பெண்டிர் (women) are of the same gender—பலர்பால்.

* Even singular nouns are used without distinctions of gender in classical Tamil. ஞாயிறு, திங்கள், இறை (king), தே or தேவு (God). At all events, gender is of a more recent origin.

3. Names of objects which are neither male nor female are called அலிப்பெயர் (Epicenes).

4. As regards Impersonal Nouns, their division into ஒன்றன்பால்—the Gender of one—and பலவின்பால்—the Gender of many—is not a distinction of *Sex*—but one merely of *Number*. When an Impersonal noun is singular, it is of the ஒன்றன்பால், *e. g.*, ஒன்று, அது, மாடு, மரம் ; when it is plural, it is of the பலவின்பால், *e. g.*, மூன்று, அவை, மாடுகள், மரங்கள். Thus the distinctions are Singular and Plural Impersonals.

5. Nouns of this Class (அஃறிணை) which have the same form for the two Numbers are called பால்பகா அஃறிணை. Common Impersonals. மரம், கல், மாடு, எறும்பு are singular or plural according to the meaning மரம்விழுந்தது, 'the tree fell', and மரம் விழுந்தன 'the trees fell' are both correct, though the same word is used in both the sentences. The affix கள் is seldom added to the singular, especially in classical Tamil.

The plurals of Impersonals are almost always written without any termination especially in poetry. இடும்பை இல.

TABLE OF CLASS AND GENDER.

I.	PERSONAL....	Masculine ஆண்பால்.
		Feminine பெண்பால்.
		Plural பலர்பால்.
II.	IMPERSONAL.	Singular. ஒன்றன்பால்.
		Plural பலவின்பால்.
		Common பால்பகா அஃறிணை.

6. Gender, properly so called, is distinguished in different ways :—

1st. By different terminations, such as ன், அன், ஆன், for the Masculine, and ள், அள், ஆள், இ and ஐ for the Feminine. A few are given below :

Mas.	Fem.	Mas.	Fem.
அவன்	அவள்	எயினன்	எயிற்றி
தமன்	தமள்	மூத்தோன்	மூத்தாள்
நமன்	நமள்	நம்பி	நங்கை
குறவன்	குறத்தி	எம்பி	எங்கை
தமயன்	தமக்கை	மகன்	மகள்
மாமன்	மாமி	குமாரன்	குமாரத்தி
மணவாளன்	மணவாட்டி	புத்திரன்	புத்திரி
குழலான்	குழலாள்	பாட்டன்	பாட்டி
கிழவன்	{ கிழவி or	மற்றையான்	மற்றையாள்
	{ கிழத்தி	ஆயன்	ஆய்ச்சி
மலையன்	மலைச்சி	அரசன்	அரசி
வலையன்	வலைச்சி	தேவன்	தேவி
அண்ணன்	அண்ணி	மைத்துனன்	மைத்துனச்
ஒருவன்	ஒருத்தி	தம்பி	தங்கை [சி
தோழன்	தோழி	வண்ணான்	வண்ணாத்தி.

Of these terminations, ன், அன், and ஆன் of the Masculine and their corresponding ones in the Feminine are merely contracted forms of the Pronouns அவன், அவள். Masculines which end in ன் (not அன்) and feminines in இ, are as a rule of Sanscrit origin. அரசன், அரசி; புத்திரன், புத்திரி; but not those which, taking அன், for the masculine, form the feminine in இ, as தலைவன், தலைவி; பாட்டன், பாட்டி; அண்ணன், அண்ணி. The termination இ is changed into சி, தி, வி according as the medial increment (பெயர் இடைநிலை) is ச், த், வ். Thus வலைச்சி=வலை+ச் + இ; ஒருத்தி = ஒரு + த் + இ; கிழவி=கிழ (மை)+வ்+இ.

"This feminine suffix is not to be confounded with 'i', a suffix of agency, which is much used in the formation of nouns of agency and operation, and which is used by all genders indiscriminately.—*Caldwell.*

Thus கொல்லி, a killer; மண்வெட்டி, பனையேறி, உண்ணி (an eater); நாற்சாலி, வில்லி, வாளி.

2nd. By different words. Thus :—

Mas.	Fem.	Mas.	Fem.
தந்தை	தாய்	கணவன்	மனைவி
ஆண்	பெண்	கொழுநன்	நாயகி
மாப்பிள்ளை	பெண்	மூத்தார்	ஓரகத்தி
மாதா	பிதா	புருஷன்	பெண்சாதி
ஆடூஉ	மகடூஉ	களிறு	பிடி
புருஷன்	ஸ்திரீ	காளை	கிடாரி
சேவல்	பெடை	குடுமி	சோதை
ஐயா	அம்மா	அகமுடையான்	பெண்டாட்டி.

3rd. By prefixes and affixes: Thus :—

Mas.	Fem.
ஆண்பனை	பெண்பனை
ஆண்குதிரை	பெண்குதிரை
சேவல்கோழி	பெட்டைக்கோழி
ஆட்டுக்கடா	பெட்டாடு
ஆண்மகன்	பெண்மகள்
கடைக்காரன்	கடைக்காரி.

7. There are Masculine nouns without their corresponding feminine forms :—தோன்றல், விடலை, கோ, வேள், குரிசில், ஏனாதி, காவிதி, எட்டி, சென்னி, கிள்ளி, வழுதி, சேய், ஏந்தில், செம்மல், அண்ணல், வில்லி, வாளி, வானப்பிரத்தன், சந்நியாசி, குருக்கள், பிரமச்சாரி, &c.

The absence of feminine forms may be accounted for by the fact that the offices or qualities indicated by most of these nouns are such as are never performed or possessed by females. Thus வில்லி is an archer and the Tamil people have no Amazons. குரிசில், is one seated on a throne, வேள் is a *man* between 18 and 50 years old.

In the same manner might be explained the existence of a few feminine nouns without their corresponding masculine forms

பேதை, பெதும்பை, அரிவை, மடந்தை (women of different ages), இருளை, மாது, வைப்பாட்டி, விதவை, பதிவிரதை, பெண்டு, தையல், ஔவை, வேசி, பரத்தை, மங்கிலி, கன்னிகை, கைம்பெண், விலைமகள், கூத்தி, கூத்தியார், நாச்சியார், ஆயாள், செவிலி, &c.

விதவை is a widow. It is quite common to see a woman remain unmarried after her husband's death—hence the necessity for a name to denote a woman in that state—but the husband marries again and again. Note also that the English word 'widower' is derived from the feminine widow.' பேதை, literally one 'ignorant'—the opinion of the people as regards the fair sex ; தையல் the fair one, the beautiful one—an appropriate name to a woman, மங்கிலி, one who has the மங்கிலியம் or தாலி, the marriage sign ; வைப்பாட்டி (வைப்பு + ஆட்டி) —one who is kept—a concubine—no man is ever spoken of as being kept by a woman ; விலைமகள், one who sells (her body)—a prostitute.

8. *Plural Personals* (பலர்பால்) end in ர், to which கள் is sometimes added : அவர், இவர், தமர், நமர் இருவர், மூவர், முனிவர், அரசர், தந்தையர், தாயர், பெண்டிர் or பெண்டீர், மனிதர், புத்திரர், அவர்கள், இவர்கள், &c.

Occasionally கள் is added to the crude noun, குருக்கள் (used also in the singular), மக்கள், பிள்ளைகள்; பெண்கள், ஆண்கள், &c. மார் is added to a few nouns ; தம்பிமார், அண்ணன்மார், தாய்தகப்பன்மார். Sometimes both கள் and மார், குருக்கள்மார்.

In common Tamil, அவர் and இவர் being used for singular persons, அவர்கள், இவர்கள், நீங்கள் &c., are considered as the proper plural forms. Nouns ending in ர்கள் are 'double plurals :' ஒருவர் is peculiar being plural in form but singular in meaning.

9. *Singular Impersonals* (ஒன்றன்பால்) end in து. குழையது, நிலத்தது, குறியது, ஆடாது, அது, அஃது, இது, இஃது, ஏது, எது, யாது, ஒன்று, பிறிது, மற்றை யது. This rule applies to Derivatives only. The primaries have various terminations. பாம்பு, மரம், எறும்பு, கறையான், பூரான், தேள், தவளை, பழம், காய், நீர், &c.

10. *Plural Impersonals* (பலவின்பால்) end in வை, வ், அ, and கள். குழையவை, நிலத்தவை, குறியவை, or குழைய, நிலத்த, குறிய or again குழையன (குழை + அன் increment + அ), நிலத்தன, குறியன; சிறியன, பெரியன, அல்லன; அவ், இவ், உவ்; அவை, இவை, உவை; அவைகள், இவைகள், also அதுகள், இதுகள், &c; சில, பல, யா, பிற, மற்றைய, யாவைகள், குதிரைகள், பாம்புகள். All Numerals above ஒன்று, viz., இரண்டு, பத்து, நூறு, ஆயிரம் &c.

In classical Tamil, the primaries employed are usually பால்பகா அஃறிணை,—Common Impersonals.

NUMBER—எண்.

1. There are two Numbers, ஒருமை, Singular, (lit. one-ness) and பன்மை, plural (lit. many-ness).

In Greek and Sanscrit, there are three Numbers, the Dual (துவிதம்) being added to the above.

2. No special rules are necessary to distinguish singular nouns from plural. Gender decides it, as may be seen in the following table :—

Singular.	Masculine மகன் (ஆண்பால்) Feminine மகள் (பெண்பால்) Sing. Impersonal மரம் (ஒன்றன்பால்)
Plural.	Plur. Personal அவர் (பலர்பால்) Plur. Impersonal அவை (பலவின்பால்)

3. As in English, so in Tamil, Abstract and Material nouns are seldom or never used in the plural. We never say பால்கள், நீர்கள், நெய்கள், கருமைகள், வெண்மைகள், though we occasionally speak of நன்மைகள், தீமைகள்.

4. All Common Impersonals are of course singular or plural according to the connection in which they are employed. மரம் விழுந்தது ; மரம் விழுந்தன. They are singular whenever they are preceded by the article ஒரு. The *Number* of Pronouns will be treated of below—under *Person*.

PERSON—இடம்.

1. The Persons are three, தன்மை, First Person, (lit. self-ness), முன்னிலை (lit. standing before), Second Person and படர்க்கை (lit. being at a distance) Third Person.

2. It is only in the Pronouns that all the *Persons* are made use of—all the other Nouns being, as in English, in the 3rd Person.

	1st Person.	*2nd Person.*	*Common to all Persons.*
Sing.	யான், நான்	நீ	
Plur.	யாம், நாம்	நீர், நீயிர், நீவிர் ; எல்லீர்	எல்லாம்.

எல்லாம் appears to be a compound of எல்லா and உம், thus எல்லா (உ) ம் with the உ omitted for euphony, *even all*. நாங்கள் and நீங்கள் are colloquial forms (double plurals) of நாம் and நீர். நீயிர், நீவிர் and எல்லீர் are confined to poetry.

3. Gender and Class are not distinguished in the Pronouns of the 1st and 2nd Persons. They belong to the Common Class (பொதுப் பெயர்). எல்லாம், however, occasionally becomes எல்லாரும் when referring to the Personal class. We may say either நாங்கள் எல்லாரும்

or நாங்கள் எல்லாம். Properly speaking, எல்லாம் means *even all things*, and its *Class* appears unmistakeably in its declension, as, எல்லாவற்றையும் &c., which cannot be said of persons.

4. The Reflective and Emphatic Pronoun தான் is also free from the distinctions of Class and Gender. When used as a *reflective* it assumes two forms தான் and தாம் or தாங்கள் (in common Tamil) according as it refers to singular or plural antecedents. Thus அவன் தன்னை, அவள் தன்னை, அது தன்னால் &c ; but அவர்கள் தங்களை, அவர் தம்மை, அவை தம்மால் &c. The Pronouns of the 1st and 2nd Persons, have no reflectives. 'You beat yourself' is simply நீ உன்னை அடித்துக்கொண்டாய் ; 'I hurt myself' நான் என்னைக் (the accusative of யான்) காயப்படுத்திக்கொண்டேன்—the auxiliary கொண்டு answering the purpose of the reflective. But when தான் is used as an emphatic, it has no inflection at all : அவன் தான், அவர்தான், அவள்தான், அவைதான்; here தான் has the same force as the emphatic particle ஏ.

5. All the other pronouns, viz., those derived from the demonstrative and interrogative *bases* and their compounds belong to the 3rd Person. அவன், அவள், அவர், அது, அவை ; இவன், &c ; எவன் &c ; யாவன், யாவள், யாவர் (contracted into யார், colloquially ஆர்), யாது, யா or யாவை ; எது ; எவனொருவன் (whoever) or யாவனொருவன், &c. ; ஏதொன்று (which or whatever) or எதாவது, or யாதொன்று &c. ; எவனாவது, எவனாகிலும், &c.

Of these, யார் (*who* ?) and எவன் (*which ? or what ?* எ + அன் increment—quite another word from எவன், *which man* ?)—are general Interrogatives, the former for Personals and the latter for Impersonals. Thus, அவன் யார், அவள் யார், அவர் யார் ; அது எவன், அவை எவன் ; but this use of எவன் is strictly classical. Thus in the Kural,

சிறைகாக்குங்காப்பெவன்செய்யும் மகளிர்
நிறைகாக்குங்காப்பேதலே.

The *common* forms of எவன் are என்ன, எது, எவை, எவைகள் ; என்ன செய்தாய் ! ; வந்ததெது ? ; போனவையெவை ?

6. When தாங்கள் is used in the 2nd Person singular honorifically as in the sentence தாங்கள் சொன்னீர்கள், it is considered as a term expressive of greater respect than even நீங்கள். "The scale of politeness in allocution has the following gradations : நீ, நீர், நீங்கள், தாங்கள்."—Dr. Graul.

CASE—வேற்றுமை.

1. Case is the relation which a Noun bears to another word in the same sentence. As, மக்கள் வந்தார், here, the relation is '*agency*' ; மக்களை அடித்தான், here it is '*being the object*' of an action ; மக்களால் செய்தான், here again it is '*instrumentality*,' and so on.

The word வேற்றுமை means *change*. It is a transferred noun (பண்பாகுபெயர்), so that வேற்றுமை is that which changes a noun, either in its form, or in its relation to some other word in the sentence, or in both its form and relation. Thus, மக்காள் ! O (my) children !—change in form only ; மக்கள் வந்தார்—change in relation only ; மக்களை அடித்தான்—change in both. The following is the Nannûl definition of வேற்றுமை:

ஏற்கும் எவ் வகைப்பெயர்க்கும் ஈறாய்ப்பொருள்
வேற்றுமை செய்வன எட்டே வேற்றுமை.

2. There are eight Cases ; and these are named simply after the order of number. Thus, முதலாம் வேற்றுமை, இரண்டாம் வேற்றுமை, &c.—the Frst Case, the Second Case, &c. These Cases, with the exception of the First, are denoted by certain Particles

affixed to Nouns, which are, on this account, called வேற்றுமை உருபு, Case-endings, literally, *forms of change.*

3. The Nannûl names the Cases briefly and aptly thus:
பெயரே, ஐ, ஆல், கு, இன், அது, கண்,
விளி, என்றாகும்,—அவற்றின் பெயர் முறை.

4. The following Pronouns are indeclinable: நீயிர், நீவிர், நான்.

DECLENSION OF NOUNS.

THE 1st CASE—எழுவாய்.*

1. The First Case is the Nominative. The Noun in its natural uninflected form is the Sign of this Case. As, மக்கள் வந்தார்.

The mere word மக்கள் without a predicate cannot as such constitute the Nominative Case, for several other cases are frequently employed without their respective Signs. To make it the Nominative, therefore, the noun must be the subject of an assertion, and thus it is changed in sense.

2. Though there are no Case-endings to the 1st Case, the following words are sometimes added in Common Tamil, not however, as is usually imagined, as Signs, but as emphasizing particles. Thus ஆனவன், ஆனவள், &c.; என்பவன், என்பவள், &c. கொற்றனானவன் வந்தான்; குதிரையானது வந்தது; மக்களானவர் வந்தார். See below *Syntax.*

3. It is not to be supposed that all nouns which are used without case-endings are in the Nominative Case. Many of the other cases drop their signs for the sake of euphony and elegance of expression. Thus சாத்தன்இவன் and சாத்தன் மகன் may be regarded as examples of

---

* எழுவாய் உருபு திரிபில் பெயரே
வினைபெயர், வினாக்கொளல், அதன்பயனிலையே.

For the explanation of the terms எழுவாய் and பயனிலை, see below—Structure of sentences.

the first noun being in the Nominative Case, and the second in the Possessive.

4. The Nominative may take as its predicate a Noun, a Verb or an Interrogative Pronoun. கொற்றன் இவன் (noun); கொற்றன் வந்தான் (verb); கொற்றன் யாவன் (interrogative).

THE 2nd Case.*

1. The 2nd or Accusative Case is formed by adding the particle ஐ to the Noun.

2. As certain changes are required by the declension of nouns in this and the five following Cases, the following rules regarding these changes must be strictly observed :—

(*a.*) Nouns ending in a consonant preceded by a single short syllable, double the consonant. பொன்+ஐ=பொன்னை; கல்+ஐ=கல்லை.

(*b.*) Nouns ending in a consonant preceded by a long syllable, (*i. e.*, one which contains a single long vowel, as கால், தேள்) or by more than one syllable, as கடவுள், பலன், பாலன்,—simply animate the consonant with the vowel ஐ. Thus, காலை, தேளை; கடவுளை, பலனை, பாலனை.

Exception to the above rules. Nouns ending in ம், invariably drop it; receive the increment அத்து of which for euphony, the first and last vowels are omitted; and then add the Sign to the increment as it now stands. Thus மரம்+ஐ=மர+அத்து+ஐ=மர+த்த்+ஐ= மரத்தை; but மனம் in common Tamil becomes மனதை.†

---

* இரண்டாவதன் உருபு ஐயே; அதன்பொருள்
ஆக்கல், அழித்தல், அடைதல், நீத்தல்,
ஒத்தல், உடைமை, ஆதியாகும்.

† In poetry, the increment is not always inserted ஆய்தக்கு may be used for ஆய்தத்திற்கு.

(*c.*) Nouns ending in *Short* உ on க், ச், த் and ப், drop the உ. Thus, நெஞ்சு + ஐ = நெஞ்சை ; but பசு + ஐ = பசுவை.

But those ending in *Short* உ on ட் and ற், drop the உ and double the consonant. Thus, ஆடு + ஐ = ஆட்டை ; சோறு + ஐ = சோற்றை.

(*d.*) Nouns ending in இ, ஈ and ஐ, insert the consonant ய் ; thus புலி + ஐ = புலி + ய் + ஐ = புலியை ; தீ + ஐ = தீயை ; மலை + ஐ = மலையை.

(*e.*) Nouns ending in அ, insert வ் and take the increment அற்று. Thus சில + ஐ = சில + வ் + அற்று + ஐ = சிலவற்றை. (the உ in அற்று is dropped being a Short உ). பல + ஐ = பலவற்றை ; வந்தன (those which came) + ஐ = வந்தனவற்றை.

(*f.*) Nouns ending in the other vowels—including Perfect உ, insert the consonant வ். Thus பசு + ஐ = பசுவை ; ஆ + ஐ = ஆவை ; பூ + ஐ = பூவை ; நோ + ஐ = நோவை.

Among others, the increment இன் is often euphonically inserted between the Noun and it case-ending. Thus கல்லினை ; காலினை ; மரத்தினை ; ஆட்டினை ; நெஞ்சினை ; மலையினை ; சிலவற்றினை ; ஆவினை ; கோவினை, &c. But these forms are not of much use in common Tamil. Also அன், as ஏழன்.

3. The rules given above are slightly modified when they are applied to some of the other Case-formations. These modifications will be noticed under the particular Cases.

4. The modified forms like மரத்து, ஆட்டு, சோற்று, சிலவற்று, மணியின், ஏழன் may be termed the 'inflectional bases' of nouns ; they are also called the 'oblique case,' as they frequently perform the functions of the Cases themselves.

5. The plurals of nouns, when ending in கள் or ர், are declined according to rule (b). Thus, மரங்கள், மரங்களை; மனிதர், மனிதரை.

6. The 2nd or Accusative Case implies the following significations :—

(1.) *Making or Construction:* வீட்டைக்கட்டினான்.

(2.) *Destroying:* குடத்தை உடைத்தான்.

(3.) *Acquirement:* சுகத்தை அடைந்தான்.

(4.) *Loss or Separation:* தனத்தை இழந்தான்.

(5.) *Resemblance:* மலையை ஒத்த தோள்.

(6.) *Possession:* கல்வியை உடையான்.

(7.) *Gift and acceptance:* கேட்டதை எல்லாம்கொடுக்கும் காமதேனு.

(8.) *Physical actions:* நம்மை மோருகிறதுபோல் வந்து கடிப்பார்கள் நம்முடைய அரசர்.

(9.) *Mental actions:* என் கருத்தை உணர்ந்தான்.

7. The Particle போல் and the Indefinite Participles of இல் and அல் requre the Objective Case: என்னைப்போல் பாவியார்? உன்னை அல்லாமல் கற்றவன் இல்லை. இடிப்பாரை இல்லாத ஏமார மன்னன் கெடுப்பார் இலானும் கெடும்.

8. By adding Particles like விட, பார்க்கிலும், பார்க்க, காட்டிலும் to the Accusative, a comparative degree is frequently formed; thus, அவன் என்னைவிட நல்லவன், 'better than I'; and so of என்னைப்பார்க்கிலும், என்னைப்பார்க்க, என்னைக்காட்டிலும்.

9. When a whole and its member are spoken of, the latter is often colloquially put into the Accusative Case: பிள்ளை காலை நொண்டுகிறது; எனக்கு நாக்கை வரட்டுகிறது.

THE 3rd CASE.*

1. The Signs of the 3rd Case are ஆல் and ஒடு, with their classical forms ஆன் and ஓடு.

Examples: பொன்னால், காலால், மரத்தால், ஆற்றால், காட்டால், புலியால், நெஞ்சால், ஆவால் : And so of the other Signs.

2. The following words are, in common Tamil, occasionally used as Signs of this Case : உடன், கொண்டு, பற்றி, குறித்து ; as, சாத்தனுடன்கொற்றன் வந்தான்; வாள்கொண்டு வெட்டினான் ; அதுபற்றி, இதுகுறித்து.

3. Of the two Signs ஆல் and ஒடு, the first denotes cause, whether agency or instrumentality, and the second, conjunction or sociality (உடன் நிகழ்ச்சி), so that the 3rd Case properly consists of two distinct Cases, viz., the Causal and the Conjunctive, காரண வேற்றுமை and நிகழ்ச்சிவேற்றுமை.

4. The Causal Case is required by various meanings :—

(i.) *Material.* மண்ணாற் செய்த குடம் (material proper). யந்திரத்தினாற் செய்த குடம் (instrument).

நீ காலால் இட்டவேலையை நான் கையாற் செய்து கொண்டிருக்கிறேன். Corresponding prepositions in English : 'of,' 'with.'

(ii.) *Agency.* அரசனால் அமைத்த மாளிகை (first agent.

சிற்பனால் சமைந்த மாளிகை (executing agent)

Corresponding English Prep : 'by,' 'by order of.'

---

* மூன்றாவதன் உருபு, ஆல், ஆன், ஒடு, ஓடு;
கருவி, கருத்தா, உடனிகழ்வு, அதன் பொருள்.

(iii.) *Causation.* காகமும் ஆய்சு பலத்தினால் ஆயி ரம் வருஷம்பிழைத்திருக்கின்றது.
மழையினால் பயிர் விளைந்தது.
உஷ்ணத்தினால் நோய் அதிகரித்தது.

Corres. prep: 'by,' 'owing to,' 'in consequence of,' 'by means of.'

(iv.) *Motive and purpose.* பொறாமையினால் இப்படிச் செய்தான்.
பசியினால் திருடுவோர் பலர்.
பேராசையினால் திருடுவோர் பலர்.

Corres. Pre. 'from', 'actuated by', 'induced by'.

(v.) *Reason.* For all logical causes, the 3rd Case in ஆல் must be invariably employed.

Thus, நீ பக்தன் ஆனதால் தெய்வம் உன்னைப்பரிபா லிக்கும்.

இவ்வூரில் குளம்குட்டை பள்ளமெல்லாம் நிரம்பி யிருத்தலால் நல்லமழை பெய்திருக்கவேண்டும்.

எவ்வுயிரும் காக்கும் ஓரீசன் உண்டாகையால், அவன் என்னையும் காப்பான்.

5. When an Active verb is changed into the Passive, its Nominative is also changed into the Instrumental Ablative. Thus, நான் (இம்மாட்டைக்) கொ ண்டேன் = (இம்மாடு) என்னால் கொள்ளப்பட்டது, though more elegantly this should be 'இம்மாடு நான் கொண்டது.

6. The ending ஆல் is expletive, when affixed to Particles. As பின்னாலே வந்தான், முன்னாலே போ னான். In certain cases it is equivalent to 'in every,'— தோறும் thus, ஊரால் ஓராலயம். a temple *in every* town, or ஊர்தோறும் ஓர் ஆலயம்.

7. The 3rd Case is rendered emphatic by the addition of *two* ஏ's. Thus, பொறாமையினாலேயே (not பொறாமையினாலே) இப்படிச்செய்தான். மண் ணாலேயே செய்த குடம். The reason is that as an

ஏ is euphonically added to ஆல் or ஒடு as a rule, a second ஏ is needed to make the Case emphatic.

8. The Sign may be omitted, if the governing verb is understood. பொற்குடம், which, in full, is பொன்னாற்செய்த குடம்.

9. As stated above, ஒடு is the proper sign of the Conjunctive Case, நிகழ்ச்சிவேற்றுமை. ஒடு and உடன் are other endings, the first of which is usually restricted to poetry, and the second to common Tamil.

10. The Conjunctive Case expresses the following meanings :—

(i.) *Accompaniment.* சாத்தனோடு கொற்றன்வந்தான் ; அவனோடு பேசினான்.

As a rule, the superior party is construed in this Case. ஆசிரியனோடு மாணாக்கன் வந்தான்.

Corres. Prep. 'with', 'in the company of', 'accompanied by.'

(ii.) *Union or Combination.* பாலொடு தேன் கலந்தற்றே; இயற்கை அறிவோடு கூடிய கல்வி.

(iii.) *Completeness*—especially with the addition of the particle ஏ.

மரத்தை அடியோடே வெட்டினான் ; இப்பேர்ப்பட்ட மந்திரியை வேரோடே களைய வேண்டும்.

ஊருடன் பகைக்கின் வேருடன் கெடும்.

11. The Particle உம் is elegantly added to ஒடு. மிகுந்த விசனத்தோடும் ஆலோசிக்கத் தொடங்கினான். The addition of ஏ is not unusual in common Tamil. அவனோடேபோ.

12. In poetry ஒடு and ஆல் are freely interchanged. ஒளிநாக்கொடு வான் சுடர் புகழ.—நாக்கினால்.

13. Where accompaniment or union is not intended, the addition of ஒடு gives to the noun the force of an Adverb. Thus கோபத்தோடுபேசினான்.—கோபமாய், angrily. அன்பொடு பேணினான்.—அன்பாய்.

THE 4TH CASE.*

1. The 4th Case has only one Sign, viz., கு ; but in common Tamil it makes use of the increments உ and இன். Thus, காலுக்கு, பொன்னுக்கு, மரத்துக்கு or மரத்திற்கு.

Generally, nouns ending in a consonant take the increment உ, as மனிதனுக்கு, while those ending in உ, may also take the increment இன், thus, ஆற்றிற்கு=, (ஆற்று + இன் + கு). There may therefore be three forms of the 4th Case. Thus: ஆற்றுக்கு; ஆற்றிற்கு and ஆற்றினுக்கு.

Poetry, as a rule, discards increments. பொன்னுக்கு will be simply பொற்கு, காலுக்கு, காற்கு, &c.

2. Common Tamil also expresses this case by means of *words* as signs, such as, பொருட்டு, நிமித்தம் and ஆக (attached to கு). Thus. பொன்னுக்காக பாடுபட்டான்; பணத்தின் நிமித்தம் அப்படிச் செய்தான்; உன் சினேகத்தின் பொருட்டு அதைத் தருகிறேன்; என் நட்பின் நிமித்தம் நீர் வரவேண்டும்.

3. It is very singular that the 4th Case should be called கொடைவேற்றுமை—an exact rendering of the Latin name—'Dative,' from datum=to give. The chief use of this case is to express the *relation* that exists between any two objects, qualities, or actions.

4. The following are the principal meanings of the Dative Case :

(i.) *All acts connected with giving.* எனக்குப் பணந்தா. பயிருக்குத் தண்ணீர் பாய்ச்சினான். குரு சிஷ

---

* நான்காவதற்குருபாகுங் குவ்வே ;
கொடை, பகை, நேர்ச்சி, தகவு, அதுஆதல்,
பொருட்டு, முறை, ஆதியின்,இதற்கிதெனல்,
பொருளே.

னுக்கு உபதேசம் பண்ணுகிறான். உனக்கு அடிகொடுப்போன்.

(ii.) *Going and coming.* வீட்டுக்குப்போ. தருமன் தம்பிமாருடன் காட்டுக்குப் போனான். என்னிடத்திற்கு வா.

When things are spoken of, கு is added, but when persons are referred to, இடத்திற்கு is the proper sign, அவனுக்கு ஆள் அனுப்பு means 'send for him, அவனிடத்திற்கு ஆள் அனுப்பு means 'send him a man.' These examples may also be regarded as interchanges of the 7th Case. (See Syntax).

Datives of the above significations are usually governed by Verbs. The following however require the government of Nouns.

(iii.) *Concord and discord.* யானைக்கும் பானைக்கும் சரி. பாம்புக்கு கீரிக்கும் பகை. எனக்கும் அவனுக்கும் சினேகமில்லை. பல்லுக்கசையாத தோல்.

(iv.) *Fitness, value, &c.* அரசர்க்கு ஆளுகை உரித்து. சோம்பேறிக்குத் தோலோடே வாழைப்பழம். அந்த வீட்டைப் பதினாயிரத்திற்கு வாங்கினான்; காக்கைக்குத் தன்குஞ்சு பொன்குஞ்சு; பிள்ளையின் அருமை பெற்றவளுக்கு; குருவுக்கேற்ற சிஷன்; நல்லவனுக்கு ஒருசொல்.

(v.) *Relationship.* சாத்தனுக்கு மகன்; எனக்கு நண்பன்; உனக்கு அயலான்; அவள் அவனுக்கு மனைவி.

(vi.) *Possession & material.* பொருள் உள்ளவனுக்குப் பாக்கியம். அந்தச் சிங்கத்துக்கு வாய்ப்பேச்சு மாத்திரம் தித்திப்பு. வைத்தவனுக்குப்பயிர்; படித்தவனுக்குச் சிறப்பு; சோற்றிற்கரிசி; ஆடைக்குநூல்; தயிர்க்குப்பால்; ஜெயத்திற்கு வீரம்.

(vii.) *Sensations.* பொன்னுக்காசைப்பட்டான்; உண்டிச்சுருங்குதல் பெண்டிற்கழகு; நாவுக்கு ருசி.

(viii.) *Purpose.* கூலிக்கு வேலைசெய்தான். ஆஷாடபூதி கந்தைக்குச் சமயம் பார்த்துக்கொண்டிருந்தா

ன். பணத்தை வட்டிக்கு விட்டான்; கணவனுக்குப் படுகின்றாள்.

(ix.) *Equal and unequal comparison.* அரசனுக்குக் கண் அமைச்சன். குருடனுக்குக் கண் கோல். கொற்றனுக்குச் சாத்தன் பெரியவன், மூத்தவன், தாழ்ந்தவன். நீயே எனக்குக் கண்ணுங்கையுமாயிருக்கிறாய்.

(x.) *Boundary and relative situation.* மதுரைக்கு வடக்குச்சிதம்பரம்; ஊருக்கு அப்புறம்; இரண்டுக்கும் நடுவில் அகப்பட்டுச் செத்தது நரி. வீட்டுக்கு வெளியே. The governing Verbs are understood in some of these examples. Thus, வீட்டுக்கு வெளியே நில்; வீட்டிற்குள்; தலைக்குமேல், &c.

(xi.) *Distribution.* தலைக்கு ஒரு பணங்கிடைத்தது. நடைக்கொவ்வொன்றாக &c.; வீட்டுக்கு ஒருபிரோதம் இருக்கும்.

(xii.) *Reference.* Rarely the Dative has the force of குறித்து, 'as regards', 'with reference', as in the following examples: பிரகஸ்பதியும் பேச்சில் தவறுவானானால், மற்றவைகளுக்குக் கேட்பானேன்! வேண்டாப்பெண்டாட்டிக்குக் கால்பட்டாலுங் குற்றம் கைபட்டாலுங் குற்றம்.

5. Verbs like வேண்டும், தெரியும், ஆகும், கூடும், போதும் and the Indefinite verbs அல்ல, இல்லை and உண்டு govern the Dative. Thus. எனக்குப் பணம் வேண்டும்; அது அவனுக்குத் தெரியும்; உனக்கு ஆகும்; யானைக்கு இல்லை நீச்சும் நிலையும்; இவ்வளவு திரவியமும் எனக்கல்ல; வெற்றுரைக்கு உண்டோர் வலியுடைமை.

6. The Dative sign is also affixed to several nouns of time. Thus, நாளைக்கு, எட்டுமணிக்கு, இன்றைக்கு &c. In the example உனக்கும் எனக்கும் என்ன? the உம் gives to the Dative the force of 'between.'

THE 5TH CASE.*

1. The signs of the 5th Case are இல் and இன்.* மலையின் வீழ் அருவி ; கல்வியிற் பெரியன்.

These signs are not characteristic of the 5th Case as those of the other Cases are. இல் is a sign of the 7th Case, while இன் is merely an inflectional increment. When the 5th Case is required in common use, the particles இருந்து and நின்றும் and உம் are usually added to the signs. Thus, what in the high dialect reads மலையின் வீழ் அருவி becomes in the low மலையில் இருந்து விழுகிற அருவி ; என்னிற் பெரியன் becomes என்னிலும் or more usally என்னைப்பார்க்கிலும் பெரியவன்.

2. The 5th Case is required by the following meanings :—

(i.) *Comparison.* ஒப்பு. This includes simile as well as the Comparative and Superlative degrees.

(*a.*) *Simile.* காக்கையிற் கரிது களம்பழம் ; பாலின் வெளிது கொக்கு ; மின்னின் நிலையில்லை யாக்கை. This use is strictly confined. to Poetry.

(*b.*) *Comparative degree.* காக்கையிற் கரிது களம் பழம் (here—blacker) ; ஆவின் இழிந்ததுமேதி, the buffaloe is inferior to (or lower than) the cow. In common Tamil, the addition of உம் is considered essential to the comparative meaning.—*e.g.*, என்னிலும் பெரியவன்.

(*c.*) *Superlative degree.* கம்பன் புலவர் எல்லாரிலும் சிறந்தவன், Kamban is the greatest poet ; புஷ்பங்களில் எல்லாம் சிறந்தது தாமரை, the lotus is the most beautiful flower. எல்லாம் is essential to the superlative idea.

The inflection of nouns in the 5th, and sometimes in the 2nd and 4th Cases expresses all ideas of compari-

---

* ஐந்தாவதன் உருபில்லும் இன்னும் ;
நீங்கல், ஒப்பு, எல்லை, ஏதுப்பொருளே.

son, and therefore renders the inflection of Adjectives entirely unnecessary. It must be confessed however that the Tamil Superlative is not so concise and forcible as the English.

(ii.) *Boundary and measurement.* எல்லை. மதுரையின் வடக்குச் சிதம்பரம்; நூறடி உயரத்தில் ஒரு தூக்கு மரம் செய்வித்தான்.

(iii.) *Separation.* நீங்கல். தலையின் இழிந்த மயிர் அனையர் மாந்தர், நிலையினிழிந்தக்கடை—(from)—; சென்னையில் இருந்து மதுரைக்குச் சென்றான். Of the two forms, 'தலையின்' and 'சென்னையிலிருந்து', the first is classical, the second, common.

(iv.) *Material, ground, &c.* ஏது. பொன்னிற் செய்த நகை; கல்வியிற் பெரியன் கம்பன்; பண்ணிய பயிரில் புண்ணியந் தெரியும். This meaning appears redundant, as it is also expressed by the 3rd Case in ஆல்; and there is room also for ambiguity, as இல் is one of the signs of the 7th Case. Two ஏ, s are required to emphasize this Case.

THE 6TH CASE.*

1. The terminations of the 6th Case are அது* and ஆது* for the singular, and அ* for the plural. எனது கை, எனாது கை; என கைகள்.

In common Tamil, உடைய—an adjective from உடைமை, property—is the sign most frequently employed for both the numbers. மரத்தினுடைய கொம்பு or கொம்புகள்.

2. It is peculiar to this Case that its terminations are very usually omitted, as the inflectional *bases*

---

* ஆறன் ஒருமைக் கதுவும், ஆதுவும்,
பன்மைக்கவ்வும், உருபாம்; பண்புறுப்
பொன்றன்கூட்டம், பலவின் ஈட்டம்,
திரிபின் ஆக்கம் ஆம் தற்கிழமையும்;
பிறிதின் கிழமையும் பேணுதல் பொருளே.

themselves are considered sufficient to signify the *genitive* idea. Thus, மரவேர், மரத்து வேர், மரத்தின் வேர்; என் கை, உன் தலை; ஆட்டுக்கால், ஆற்றுச் சலம்; மலைஉச்சி, மலையின் உச்சி; இரண்டாவதன் உருபு (increment அன்); மருந்துபை becomes simply மருத்துப்பை.

In combinations of Sanskrit and Tamil words, the omission is necessary: சபாமண்டபம் (சபையினது); கதாமஞ்சரி. These forms are more elegant than those in which the case-endings are expressed.

In dramatic Tamil, உடைய is corrupted into இட. Thus, நம்மிட கோவில்.

3. The chief meaning of the 6th Case is 'possession', கிழமைப் பொருள், which according to the Nannul (and doubtless according to fact) is of two kinds, தற்கிழமை and பிறிதின்கிழமை—'inseparable' and 'separable possession'. சாத்தனது கண் is an example of the first kind, சாத்தனது தோட்டம், of the second. The Tamil names may also be rendered into 'natural' and 'accidental'.

4. The following are the various kinds of 'possession' denoted by the Tamil Genitive:

(i.) *Possession and property:* சாத்தன்தோட்டம்; சாத்தன் வீரம்; நிலத்தின் இயல்பு.

(ii.) *Action.* ஆற்றுப்போக்கு; கள்ளர்வரவு.

(iii.) *Place:* பட்டணத்துப் பிள்ளை, பேய்முருங்கை (பேய்=காடு); வேலிப்பருத்தி; ஆற்றுச்சலம்.

(iv.) *Time:* ஒரு நாள் உணவு; பருவமழை; மழைக்காலம்; ஆடிப்பெருக்கு.

(v.) *Material:* இருப்புத் தூண்; பொன் சரிகை; ஓலைச் சுருள். It must be remembered that many of these Genitives are also Adjectives.

(vi.) *Measure:* ஒருபிடி அன்னம்; ஆழாக்கரிசி; ஒரு சொம்பு நீர்; இரண்டுவீசைச் சர்க்கரை.

(vii.) *Part of a whole;* சாத்தன்தலை; மரக்கொம்பு; வீட்டுக்கதவு; பெட்டிச்சாவி.

(viii.) *Collectiveness.* ஆட்டு மந்தை; ராஜ சபை; பூச் செண்டு; பழக்குலை; நெற்குப்பை.

(ix.) *Change of form, &c.* நெற்பொறி; கரித்தூள்; பருத்திநூல்; அரிசிமா.

THE 7TH CASE.*

1. The 7th or Locative Case is peculiar in possessing not less than twenty-eight signs. Of these, those most frequently employed are கண் (lit. the eye) for the classical and இல் (lit. a house) for the common style. Thus, மனதின்கண், மனதில் 'in the mind'.

For personal nouns, இடத்தில் and not இல் is the sign generally made use of for separable objects: அவனிடத்தில் (not அவனில்) பணம் உண்டு. But this is common Tamil.

2. The twenty-eight terminations, most of which are originally nouns, are as follows: கண், கால், கடை, இடை, தலை, வாய், திசை, வயின், முன், சார், வலம், இடம், மேல், கீழ், புடை, முதல், பின், பாடு, அளை, தேம், உழை, வழி, உழி, உளி, உள், அகம், புறம், and இல். With the exception of இல், உள், முன், பின், மேல், கீழ், all the others are confined to the higher dialect.

---

* ஏழன் உருபு கண்ணாதியாகும்;
பொருள் முதலாறும் ஓரிருகிழமையின்
இடனாய் நிற்றல் இதன்பொருள் என்ப.

3. The following examples from standard authors illustrate the use of each of these endings :—

கால்: *ஊர்க்கால் நிவந்த பொதும்பர்*, tall trees *in* the town. *அர்*—a Final Substitute.

கடை: *வேலின் கடை மணிபோல் திண்ணியான்*, one as powerful as diamond *in the use of* his weapon.

இடை: *நல்லார் இடைப் புக்கு*, having gone *to* the good.

தலை: *வலைத்தலை மான் அன்னநோக்கியர்*, women whose eyes are like those of a deer caught *in* a net.

வாய்: *குரை கடல்வாய் அமுது என்கோ*, shall I call (this) the nectar of the roaring sea ?

திசை: *தேர்த்திசை இருந்தான்*, he was seated *in* the car.

வயின்: *அவர்வயின் செல்வாய்*, go *to* him.

முன்: *கற்றார்முன் தோன்றா கழிவிரக்கம்*, the learned give no room *to* despair, &c.

சார்: *காட்டுச்சார் ஓடுங் குறுமுயால்*, O you young rabbit, running *through* the forest ?

வலம்: *கை வலத்து யாழ்வரை நின்றது*, the measured harp was *in* the hand of, &c.

இடம்: *இல்லிடம் பரத்தை*, a strumpet *in* the house.

மேல்: *தன்மேல் கடுத்துவந்தான்*, he came *upon* him with great anger.

கீழ்: *நிழற்கீழ் எந்தம் அடிகள்*, our god (resides) *in* the shade of, &c.

புடை: *கடைப்புடை கொள்ளிய நீர்*, you who have purchased *at* the market,—or—dew.

முதல்: *சுரன்முதல் வந்த உரன்மாய் மாலை*, The strong illusive darkness that came out of the parched ground.

பின்: *காதலிபின் சென்றதம்ம*, went *after* the companion.

பாடு: *தம்பாடணையாத நாள்*, the days which do not belong *to* us.

அளை : கல்லளைச் சுனைநீர் கையில் உண்மையான், he who is as liberal as the stream *from* the rock.

தேம் : தோழிக்குரியவை கோடாய் தேத்து, what belongs to the companion is *with* the foster-mother.

உழை : அவனுழை வந்தான், he came *to* him.

வழி : நின்றதோர் நறுவேங்கை நிழல்வழி அசைந்தால், as if a permanent fragrance spread *through* the shade of the வேங்கை tree.

உழி : உறையுழி ஓலைபோல, like the sound *of* brass.

உளி : குயில்சேர் குளிர்காவுளிசேர்புறையும், the ——resides *in* cool groves.

உள் : முல்லையங்குவட்டுள் வாழும், living *on* summits covered with the முல்லை flowers.

அகம் : பயன் சாராப் பண்பில்சொல் பலலாரகத்து· *with* many whose speech is useless.

புறம் : என்னுயிர்ப் புறத்திறுத்த, residing *in* my life.

இல் : ஊரில் இருந்தான், he was *in* the town.

4. *Place or situation* is the prominent meaning of the 7th Case: வீட்டில் இருந்தான். But the following ideas are also denoted :

(i.) *Comprehension:* புலவரில் கம்பன் சிறந்தவன் ; மிருகங்களில் எல்லாம் சிங்கம் பலத்தது.—*among.*

(ii.) *Comparison :* விலங்குகளுக்குள் மக்கள் எப்படியோ, அப்படியே கல்லாதவர்களுக்குள் கற்றவர்.—*as among.*

The sign உள் is generally employed for this meaning.

(iii.) *Separation from a body.* நம்மில் ஒருவன் ; அத்தோப்பில் ஒருமரம் காற்றால் விழுந்தது.—*from, from among, out of.*

(iv.) *Condition:* அவன் சவுக்கியத்தில்இருக்கிறான்; இவன் துக்கத்தில் மூழ்கியிருக்கிறான்.—*in.*

(v.) *Time: point of and duration;* இன்ன வருஷத்தில் நடக்கும்; நான்வருகையில் அவனைக்கண்டேன். நல்லவேளையில் வந்தாய். —*in, at, while,* &c.

5. The Particles மட்டும், வரைக்கும், அளவும், பரியந்தம், கிட்ட, சருக்கே, and others may be colloquially, used as signs of the Locative Case. வீடு மட்டும் போனான்; இந்நாள் பரியந்தம் காத்திருந்தேன்; ஒருவருஷமளவு இருக்கட்டும்.

6. For the sake of elegance, the signs may be occasionally dispensed with. தெய்வலோகம் போனார்; வைகுண்டஞ் சேர்ந்தார்; ஆயிரம் வருஷம் பிழைத்திருக்கின்றது; இன்னமாதம், இன்ன தேதி வருவான்.

7. In a few instances, the Inflectional bases themselves occasionally serve the purpose of this case. காட்டகத்தே நிற்கும் மரம்; காட்டே போனான்; எந்நிலத்து வித்திடினும் காஞ்சிரங்காய் தெங்காகா.

8. Grammarians also follow the Sanskrit and classify the locative idea into Partial (ஒரோவழி மேவல்), Complete (எங்கும்மேவல்) and Causal (விடயம்). Thus

(i.) *Partial:* பாயில் இருக்கிறான் (not on the whole).

(ii.) *Complete:* பாலில் நெய் இருக்கிறது.

(iii.) *Causal:* தாயில் அன்பிருக்கிறது.

THE 8TH CASE.*

1. The Tamil 8th Case is the classical 'Vocative' and the English 'Nominative of address.' விளிவேற்றுமை (from விளி to call) is the specific name in Tamil.

2. The following are the nouns which admit of the Vocative inflection.

* எட்டன் உருபே: எய்து பெயரீற்றின் திரிபு, குன்றல், மிகுதல், இயல்பயல் திரிபும் ஆகும்; பொருள், படர்க்கையோரைத் தன்முகமாகத்தான் அழைப்பதுவே.

(1.) Of Personals: Those ending in இ, உ, ஊ, ஐ, ஓ, ன், ள், ர், ல், and ய்.

(2.) Of the Common Class: Those ending in ஆ, இ, உ, ஊ, ஐ, ன், ல், ள், ய் and ண்.

(3.) Of Impersonals: Those having any finals except ஞ், ந் and எ.

Of these, however, the following nouns cannot be inflected for the Vocative Case: (1.) தான் and தாம்; (2.) Impersonals ending in வை and து, as அது, அவை; (3.) Personals ending in ன், ள் and ர் combined with நு,—with the interrogatives எ, ஏ and யா, or with the demonstratives அ, இ and உ: as, நுமன், நுமள், நுமர்; எவன், எவள், &c.; அவன், அவள், &c.

3. The formation of the Vocative is governed by the following rules:

(1.) The most common forms are (*a.*) the uninflected noun itself, thus, தம்பிவா, come, brother; (*b.*) the addition of ஏ, as முனிவே, O Rishi! and (*c.*) the prolonging of short இ; தம்பீ! O brother!

Besides these, there are a number of changes chiefly confined to poetry, which are as follows:—

(2.)* Personals and Impersonals ending in ஐ, change the ஐ into ஆய். விடலை, விடலாய், O male child! நாரை, நாராய் O heron! Common Nouns (பொதுப்பெயர்) change it into ஆய் and ஆ, அன்னை, அன்னாய் or அன்னா.

N.B.—Those marked with an asterisk are confined to poetry.

(3.) Personals ending in ன் form the vocative in various ways:

(*a.*)* Some take a vowel prolongation: அம்பர்கிழவன், அம்பர்கிழாஅன், O owner of அம்பர்! (a place).

(*b.*)* Many merely drop the ன்—a very common form in

poetry : ஐயன், ஐய ! நண்பன், நண்ப ! A few add ஓ, ஐயவோ.

(*c.*)* Others again prolong the preceding vowel : நம்பன் நம்பான் ! பெருமன் பெருமான் !

(*d.*) Others drop the ன் and lengthen the preceding vowel. மன்னன், மன்னா ! அண்ணன், அண்ணா !

(*e.*) A few add ஓ to the changes in (c.) அண்ணாவோ ஐயாவோ ! This form indicates sorrow.

(*f.*)* Some change the ன் into ஆய் to which they add ஏ and then change the penultimate into ஓ : வாயிலான், வாயிலோயே !

(*g.*)* Lastly, a few drop the ன் and change the preceding vowel into ஏ : ஐயன், ஐயே ! முருகன், முருகே.

(4.) Personals ending in ள்.

(*a.*)* By vowel-prolongation :—விறல்மிகு வேளா !

(*b.*)* By dropping the final : தனிகொள்ளல் எல்லா நீ ! (எல்லாள்.)

(*c.*)* By prolonging the penultimate : நமர்கள், நமர்காள் ! In நமரங்காள், the increment அம் is inserted.

(*d.*)* By changing ள் into ய்: குழையாள், குழையாய் !

(*e.*)* By changing preceding அ into ஏ : அடிகள், அடிகேள் !

(5.) Personals ending in ர்.

(*a.*)* By vowel-prolongation : சிறாஅர், மகாஅர்.

(*b.*)* By changing preceding அ into இ or ஈ : தெவ்விர் ! வேந்திர் !

(*c.*)* By changing preceding ஆ into ஈ : சான்றீர், கனியீர் !

(*d.*) By adding ஏ to the above : சான்றீரே ! கனியீரே !

(*e.*)* By dropping the preceding யா, lengthening the vowel which precedes the யா, and adding ஏ, at the end : நம்பீரே ! தோழீரே !

(*f.*)* By adding ஈர் at the end: நமரீர்! எமரீர்! Also, சாத்தியாரோ! சாத்தியீரோ!

(6.) Personals ending in ல்.

(*a.*)* Vowel-prolongation மாஅல்!

(*b.*)* Lengthening the penultimate தோன்றால்!

(7.)* Personals ending in ய்: by vowel-prolongation. சேஎய்!

(8.) Common Nouns and Impersonals in ன் drop it* and prolong the preceding அ: அலவன், அலவ; சாத்தன் சாத்தா:

(9.)* The same in ல் and ள் prolong the preceding Vowel: முயால் (முயல்); மக்காள், தூங்கால் (O elephant!)

4. With reference to the choice of these changes, the following general rule is worthy of remembrance:

For nearness, either leave the Noun unchanged or simply drop the final letter; for remoteness, increase as above; and for sorrow, add ஓ as above: Thus,

(1.) The *contiguous* address, அண்மைவிளி, as, அண்ணன்! ஐய!

(2.) The *remote*, சேய்மைவிளி, as அண்ணா! ஐயனே!

(3.) The *sad*, புலம்பல்விளி, as அண்ணாவோ! ஐயாவோ!

DECLENSION OF PRONOUNS.

1. Some of the Pronouns undergo peculiar changes when they are declined.

(*a.*) தான், தாம் and நாம் are shortened, thus, தன், தம் and நம். தான், தன்னை, தன்னால், &c.; நாம், நம்மை, நம்மால், &c.

In the 4th Case, the increment அ is inserted, thus, தன் + அ + கு = தனக்கு, where note that the ன் is not doubled, though it is preceded by a short vowel. And so also for the 6th Case : தனது and நமது.

(*b.*) யான், யாம், நீ and நீர் become respectively என், எம் நின், and நும். Thus என்னை, என்னால், எனக்கு, &c. நம்மை, நம்மால், நமக்கு, &c.

In the common dialect, நின் and நம் are never employed but they are superseded by உன் and உம். Thus உன்னை, உம்மை ; உன்னால், உம்மால், &c.

(*c.*) எல்லாம், if an Impersonal, drops the ம், adds அற்று, and then the case-ending and then again the particle உம். Thus, எல்லாவற்றையும், எல்லாவற்றாலும், எல்லாவற்றுக்கும் or எல்லாவற்றிற்கும், &c. The form எல்லாத்தையும் is not correct. If a Personal, it is declined as follows. எல்லாநம்மையும்,* எல்லாநம்மாலும்,* எல்லாநமக்கும்,* &c.

(*d.*) எல்லாரும் and எல்லீரும் are declined thus : எல்லாரையும் or எல்லார்தம்மையும், &c. ; எல்லீரையும் or எல்லீர்நும்மையும், &c.

(*e.*) அது, இது and உது, do not drop the உ. Thus அதை or அதனை, அதால், அதற்கு (அன்), &c. But அஃது, இஃது, &c., drop the guttural on receiving அன், as அதனை, not அஃதனை, &c.

The plurals அவ், இவ், &c., take the increment அற்று. Thus அவற்றை, அவற்றால், அவற்றுக்கு or அவற்றிற்கு (இன்), &c. The Pronouns அவை, இவை, எவை, யாவை and others ending in ஐ drop it and add அற்று. In common Tamil கள் is added to all except யாவை. Thus அவைகளை, அ

வைகளால், &c. Also அதுகளை, இதுகளை, &c.; யா takes அற்று. A few nouns, such as சில and பல, take அற்று. As சிலவற்றை, பலவற்றால், &c.

2. The Numerals ஒருபது, இருபது, &c., are declined as usual, but they drop அது when the increment ஆன் is added, thus, ஒருபானை, இருபானை, &c. This is poetic usage.

3. The plurals of Nouns have no special declensions. ஆடுகள், ஆடுகளை, ; மனிதர், மனிதரை ; மரங்கள், மரங்களை ; பூக்கள், பூக்களை.

For respect, plural Pronouns (such as அவர், இவர், தாம், &c.) are used to denote singular persons. The nouns ஆ (cow), மா (beast) and கோ (king) take also the increment ன். Thus ஆவை, ஆவினை, or ஆனை ; and so of the others.

A few nouns ending in ன் take இன் and also அத்து. அழன், அழனினை or அழத்தை. So புழன் and எகின். Also என்ன, என்னத்தை in common Tamil. ஏழ், யாழ் and பூழ் take இன் or அன்.

In poetry it is most usual to drop all case-endings. This is one essential reason why the construction of Tamil poetry is so much more difficult than that of English.

INFLECTION OF VERBS.

1. The Definite Verb (தெரிநிலை) is varied by Mood, Tense, Gender, Number, Person and other forms.

The variations of the Tamil verb for Tense, Gender and Person alone are *twenty-seven*, while all the possible changes of an English verb are no more than *seven*. It is this fact that chiefly renders the conjugation of Tamil verbs so difficult and complicated.

2. The Indefinite Verb (குறிப்பு) has no conjugation properly so called. It is however inflected for Gender (which includes Number), and Person.

3. The changes of Sandhi called *Augmentation*, *Mutation* and *Omission* frequently take place in the inflection of words. In படி(த்)தான், த் is an example of the first change; in கற்றான் (கல் + ற் + ஆன்), the turning of ல் into ற் is an example of the second; and in ஒடினான் (ஒடு + இன் + ஆன்) the omission of உ in ஒடு is an example of the third.

No special rules can be given to guide the student as to when and where these changes ought to be made. They may be best learned by practice and the analysis of words.

4. In addition to the above, the following are the nine important euphonic changes one or more of which take place very largely in the inflection of Verbs and to some extent in that of Nouns. They are termed விகாரம், but more frequently செய்யுள்விகாரம் (poetical license) as the same changes are often introduced by poets for the sake of metre or rhyme. These changes which must be distinguished from those required by the Rules of Sandhi, are as follows :—

(1.) *Hardening* (வலித்தல்), *i.e.*, changing a soft letter into a hard one : திருந்து + அம் = திருத்தம்.

(2.) *Softening* (மெலித்தல்), *i.e.*, the reverse of the above: செல் + ற் + ஆன் = சென்றான்.

(3.) *Lengthening* (நீட்டல்), *i.e.*, making a short vowel long: கொல் + தல் = கோறல்; படு as a noun becomes பாடு.

(4.) *Shortening* (குறுக்கல்), *i.e.*, the reverse of the above: காண் + த் + ஆன் = கண்டான்; so வந்தான் from வா.

(5.) *Insertion* (விரித்தல்), *i.e.*, introducing a new letter: படு + ஆன் = பட்டான்; செறு + ஆர் = செற்றார்.

(6.) *Omission* (தொகுத்தல்), *i.e.*, the reverse of the above: நடவாமல் = நடவா; செய்யாத = செய்யா.

(7.) *Aphaeresis* (முதற்குறை); செய் + ஆ + ஆன் = செய்யான். (ஆ in ஆன் is dropped).

(8.) *Syncope* (இடைக்குறை); அகம் + கை = அங்கை. (க is dropped).

(9.) *Apocope* (கடைக்குறை); விரும்பு + இன் + அ = விரும்பிய (ன் is dropped).

When a new letter is inserted in other ways than by the doubling of a consonant, the insertion is termed எழுத்துப்பேறு, lit. reception of a letter. Thus in செய்யாதான், 'he who will not do,' த் is a received letter as appears from analysis: செய் (root) + ஆ (neg. particle) + த் (recd. letter) + ஆன் (term. of gender).

N.B.—The student must bear in mind that of the terminations and signs enumerated below, those which are marked with an asterisk, being chiefly confined to poetry, are seldom employed in the common dialect.

THE IMPERATIVE MOOD.

1. The Singular Imperative form of the verb (ஏவல் a command) may with propriety be called the Root of the Tamil verb, from which all the other forms are derived.

Compare with this the 'present infinitive' of English Verbs. The Verb-root is also termed பகுதி, that which is indivisible. This பகுதி is a general term denoting the indivisible part (root) of any derivative. Thus வா is the பகுதி of வந்தான், அ of அவன், பெருமை of பெரியவன், and நன்மை of நல்ல.

2. Tamil Imperatives terminate in all the Vowels except எ, and in the following eleven Consonants : ஞ், ண், ந், ம், ன், ய், ர், ல், வ், ழ் and ள். Of these 22 kinds of roots, those ending in the vowels ஈ, ஊ, ஏ, ஒ, ஓ and ஔ, and in the consonants ஞ், ந், ம், ண், ன் and வ் are very few and rare. Thus,

நட	walk	நொ	suffer	தின்	eat
வா	come	போ	go	தேய்	rub
மடி	fold	கௌ	seize	பார்	see
தீ	burn	உரிஞ்*	sack	செல்	go
விடு	leave	உண்	eat	வவ்	seize
கூ	bowl	பொருந்*	agree	வாழ்	live
வே*	cry	திரும்*	turn	கேள்	ask

வை keep :—22 in all.

3. In common Tamil, the increment உ is usually added to some of these roots, especially those ending in consonants. Thus கூவு ; உரிஞு; திருமு(திரும்பு), தின்னு, வவ்வு, பொருநு(பொருந்து), உண்ணு, &c. Some roots take கு : ஆ (கு), வே (கு).

4. In Classical Tamil, terminations such as ஆய்*, தி*, மோ*; ஈ* and ஏ* are occasionally affixed to roots. Thus படியாய், சொல்லாய் ; விடுதி, போதி, கேட்டி (கேள் + தி) ; கேண்மோ, சென்மோ. The use of the other terminations requires the insertion of certain consonants ; thus, செல் + (ற்) + ஈ = சென்றீ ; நில் + (ம்) + ஏ = நின்மே. All these expletive suffixes are dropped when the roots undergo inflection.

5. The Plural Imperative is formed by the addition of the following terminations : ஈர்* இர்*, மின்*, மினீர்*, உம், and உங்கள். Thus, நடமின்*, போதிர்* (போ+த்+இர்), கேண்மினீர்*, நடவும், நடவுங்கள்; —; வம்மின்* (வா shortened), வாரும், வாருங்கள்; போகும் is usually written போம், with the increment கு dropped; and கேளும் may become கேண்ம்*, by omitting உ and changing ள் into ண் வா and தா become வாரும் and தாரும். And so கா.

6. There is also a negative form (எதிர்மறை) of the Imperative for both the numbers. The singular is formed by adding அல்*, ஏல்*, ஆதே and ஆதிரு to the root. நடவல்*, நடவேல்* (walk not) ; உடையது விளம்பேல், (never reveal what you possess) ; நடவாதே, போகாதே, நடக்காதே (with increment கு) ; வராதே, வராதிரு.

The following are the principal negative particles : இல், அல் and ஆ.

7. The plural of the negative is formed by adding அன்மின்* (அல் being a negative particle and மின் the plural imperative termination), நடவன்மின் (walk you not) ; செய்யன்மின் ; அஞ்சன்மின். In common Tamil ஆதேயும், ஆதிரும் or ஆதிருங்கள் are the terminations: நடவாதேயும், நடவாதிருங்கள். The increment கு may also be inserted. Thus, நடக்காதிரும், நடக்காதேயும், &c.

8. உடன்பாடு and எதிர்மறை are the Tamil terms respectively for ' affirmative' and ' negative.'

9. It has been remarked above (Classification of Verbs) that every verb has a subjective (தன்வினை)

and an objective form (பிறவினை). The verb in its natural form is subjective, whether active or neuter: and it is changed into the objective form in various ways.

(i.) By adding வி or பி to the root. நட(ப்)பி, cause to walk; செய்வி, cause to do. Euphony is the chief guide in determining one or the other of the affixes. Occasionally, both are added, thus, செய்விப்பி—a double causative.

(ii.) By adding one of the following terminations: கு, சு, டு, து, பு, று. Thus போ(க்)கு, cause to go; பாய்(ச்)சு cause to flow; ஊட்டு (உண் + டு), cause to eat; நட(த்)து, cause to walk; எழு(ப்)பு, raise; பயிற்று (பயில் + று) cause to learn.

(iii.) By doubling the final consonant. Thus, உருக்கு from உருகு; ஆட்டு (cause to dance) from ஆடு; தேற்று from தேறு; மாற்று from மாறு.

(iv.) By changing a soft into a hard consonant. Thus, அடங்கு becomes அடக்கு; திரும்பு, திருப்பு; வருந்து, வருத்து.

(v.) By a different way of forming the tenses. Thus, அழிகிறேன், I perish, அழிந்தேன், அழிவேன் are all subjective; but அழிக்கிறேன், அழித்தேன், அழிப்பேன் are all objective.

The first series may be called the Weak and the second the Strong conjugation—the chief difference between the two being the insertion of a hard consonant in the middle of each verb in the second series. Verbs which have the same root-form for the objective and subjective voices generally follow this rule.

The common forms நடக்கச்செய் and நடக்கப்பண்ணு may also be regarded as *Objectives* of நட.

The Imperative mood has but one Person—the 2nd, and but one Tense—the future.

The Optative Mood.

1. The Optative is a polite form of the Imperative, and is termed in Tamil வியங்கோள், literally, *the respectful or agreeable mode.* As, நீர் வாழ்க, may you prosper! It expresses a wish rather than a command.

2. The terminations of the Optative are க*, ய* and ர*. Thus வாழ்க, படிக்க; வாழிய, வாழியர். Properly speaking, the endings in the last two are இய and இயர்.

Though க is the most usual ending, the following are occasionally employed in poetry:

அல்*—மக்கட் பதடி எனல்.

ஆல்*—மரீஇயதுஓரால்.—மார்*—பாடன்மாரொமே.

உம்*—வாழ்தல் வேண்டும் இவண் வரைந்த வைகல்.

மை*—அஞ்சாமை அஞ்சுவதொன்றின்.

3. In addition to க, ordinary Tamil makes a free use of several other endings, viz., ஆக: கடவாய், கடவன், &c; ஒட்டும்; உம்; and வேண்டும்.

Of these terminations, ஆக the indefinite participle of ஆ(கு), is added to finite verbs: thus வாழ்வேனுக, வாழ்வாயாக, வாழ்வானாக, &c.; the finite verb கடவாய், கடவன், &c., is affixed to indefinite participles, as வாழ-க்கடவாய், வாழ-க்கடவீர், &c. and so of ஒட்டும் (in which however the ஒ is dropped for euphony) and, உம் and வேண்டும்! thus, வாழ-ட்டும், வாழ-வும், வாழ-வேண்டும்.

These forms differ from one another as to the degree of politeness implied, வாழ்வாயாக being the most polite and வாழவேண்டும் the least. The form in ஒட்டும் corresponds to the English Imperative in 'let,' அவன் வரட்டும்

is the same as 'let him come.' வந்ததுவரட்டும், come what may.

4. The classical Optatives and the common forms in ஒட்டும், வேண்டும், and உம் are uninflected for gender, number and person. நான், நீ, or அவள், வாழ்க, வாழட்டும், வாழவேண்டும்.

5. In classical Optatives the negative is formed by inserting the medial neg. particle அல். As, வாழற்க, may (you) *not* prosper! In common Tamil, the principal verbs are changed into the negative, thus, வாழாளுக, வாழா-திருப்பாயாக; வாழா-திருக்கட்டும்; வாழா-திருக்கவேண்டும் or வாழ-வேண்டாம்.

The Indicative Mood.

1. A Verb is said to be in the Indicative mood when it declares or asserts something or asks a question. வருவேன், செய்யான்; வருவாயா?

As in the Indicative of other languages, the declaration may be affirmative or negative.

It is in this Mood that all distinctions as regards voice, tense, gender, number and person are clearly and fully brought out.

Distinction of gender in the verb is peculiar to Tamil and the other Dravidian Languages.

2. Exclusive of Participles and other Moods, the Tamil verb undergoes *twenty-seven* variations on account of Tense, Person and Gender.

Compare with these the six variations of a regular verb in English, and these include even the participles. The verb 'to be' which has eleven is an exception to the rule. The student will be quite surprised to learn that the total number of all the possible variations through which the Tamil verb can be carried is certainly more than two hundred.

3. The twenty-seven variations of the affirmative indicative are thus distributed :—

1st Person : 2 Nos. × 3 Tenses = 6 variations.
2nd Person: 2 Nos. × 3 Tenses = 6 ,,
3rd Person : 5 Genders × 3 Tenses =15 ,,

4. *Person* (இடம்) is distinguished in the Tamil Verb by certain terminations.

Terminations of all kinds are called விகுதி, from the Sanskrit 'vikriti.' The simple uninflected verb is called பகுதி, also from the Sanskrit 'prakriti.'

5. There are three Persons as in English, the 1st (தன்மை), the 2nd (முன்னிலை) and the 3rd (படர்க்கை), and two Numbers in each.

The five Genders are distinguished only in the 3rd Person, the First and Second being common to all.

6. The following are the terminations of *Person*, as varied by Number and Gender :—

(1.) 1*st Person Singular.*—அல்*, அன்*, என்*, ஏன் ; and short கு*, டு*, து*, பு*, று*.

Examples : உண்பல்,* உண்பன்,* உண்பென்,* உண்பேன், all meaning 'I will eat.' It will be hereafter found that in the simplest forms the terminations are added to the 'tense-particles,' which again are attached to the root of the verb. Thus, உண்பேன் = உண் (root) + ப் (future tense-particle) + ஏன் (1st per. sing. term.) ஏன் is the only termination employed in common Tamil.

The forms ending in கு, டு, து, பு and று are rare even in poetry, one peculiar feature about these being the fact that they denote Tense as well as Person. Thus, உண்கு* (I will eat); உண்டு* (I ate) ; வந்து* (I came) ; வருது* (I will come) ; சென்று* (I went) ; சேறு* (I will go). The present tense is not denoted by any of these endings.

The increment அன் is sometimes inserted between the 'tense-particle' and 'termination': உண்டனன் = உண் + ட் + அன் (incre.) + அன். The insertion of increments is generally restricted to the poetic dialect.

Indefinite verbs (குறிப்புவினைமுற்று) are formed by adding the personal terminations to the Roots. Thus, மலையன் from மலை, ஊரன் from ஊர், meaning '(I) am of the mountain,' 'of the town.' நல்லேன், 'I am good.' In மலையினேன், the increment இன் is inserted.

Some of the roots, especially, Abstract nouns in மை, are variously modified, when the terminations are attached to them. The following are the principal changes:

(1.) Omission of மை: உளேன் from உண்மை; இல்லேன், அல்லேன், from இன்மை and அன்மை.

(2.) Omission of மை and change of உ into இ: In பெரியன், I am great, பெருமை is changed into பெரி.

(3.) Omission of மை and change of preceding consonant செவ்வியன் and செய்யன் from செம்மை.

4. As regards other Nouns in ம், dropping the final and adding அத்து: முகத்தன் from முகம்.

It is in the higher dialect that the Indefinite verbs of the 1st and 2nd Persons are largely employed. In common Tamil, மலையன் would be மலையில் இருக்கிறவன், செவ்வியன் would be expressed as செம்மைமையை உடையவன், and so on.

2. 1st *Person Plural.*—அம்*, ஆம்*; எம்*, ஏம்*, ஓம்;—and கும்*, டும்*, தும்*, றும்*.

Of the first series, the first two terminations may also include the 2nd Person, the next three, the 3rd Person, while the second series include both. It is indeed worthy of notice, that out of so many endings, only one, viz., ஓம், is made use of in common Tamil.

Examples :

1. உண்டனம், உண்ணாநின்றனம், உண்பம், உண்டாம், உண்ணாநின்றும், உண்பம்............................... } We and you.

Indef. தாரினம், தாரினும், (we) are possessed of garlands.

2. உண்டனெம், டெம், டோம்........ } We and they.
Indef. : தாரினெம், னெம், னெம்......

3. உண்-கும்,-டும், வந்-தும், சேறும்.—We, you and they.

3. *2nd Person Singular.*—இ*, ஐ* and ஆய்; also the terminations of the Imperative mood.

Tolkappiyan, on whose treatise the Nannul is based, very properly disallows the latter series, the Imperative being quite different from the 2nd Person Indicative.

Examples : உண்டனை, உண்பை, உண்பாய்;
உண்கிறாய், உண்டி, சேறி (செல்+தி).

Indef. வில்லினை, வில்லாய், வில்லை (thou) art possessed of a bow.

4. *2nd Person Plural.*—இர்* and ஈர். In common Tamil, கள் is added to ஈர்.

Examples : உண்டனிர், உண்டீர் or உண்டீர்கள், உண்பீர், உண்(கு)வீர்.

Indef. குழையினிர், குழையீர். (You) are possessed of ear-rings.

5. *3rd Person* : *(a.) Masculine.*—அன்* and ஆன். Ex. செய்தனன், செய்தான். *Indef.* குழையினன், குழையான். (he) is possessed of ear-rings.

When அன் is employed, the increment அன் is inserted. Thus, செய்தனன், = செய் (root) + த் (past tense-part.) + அன் (increment) + அன் (masc. term). But it is not so with ஆன். Both அன் and ஆன் are said to be modifications of the Masculine pronoun அவன். In words like நல்லவன், செய்தவன், the pronoun itself is used as the termination, though Tamil Grammarians resolve it into அ (an increment) and அன், the present masculine ending. These remarks apply also to the terminations of the other genders.

The form ஆன் is not employed in common Tamil, unless for an inferior male person. For equals, superiors, and respectable subordinates ஆர் is the usual affix. Thus அவர் வந்தார் is simply, 'he came.' And so of ஆள்.

(b.) Feminine.—அள்*, ஆள். Ex. செய்தனள், செய்தாள். *Indef.* குழையினள், குழையாள் (she) is possessed of ear-rings. செய்தனள் = செய் + த் + அன் (incre.) + அள்.

(c.) Plural Personal.—அர்*, ஆர், ப* and மார்.*

Examples. நடந்தனர், நடந்தார், நடப்ப, நடமார். In common Tamil, the termination கள் is invariably added, thus, நடந்தார்கள். Forms ending in மார் are also followed by verbs: ஆர்த்தார், கொண்மார், வந்தார்.

Indef. குழையினர், குழையார் : (they) are possessed of ear-rings.

அர் and ஆர் are the proper terminations, as they alone are added to all the tense particles: thus, நடக்கின்றனர், நடந்தனர், நடப்பர்; நடக்கின்றார், நடந்தார், நடப்பார். The others, ப and மார் denote tense as well as gender.

(d.) Sing. Impersonal.—Short து, று and டு*. Of these the last is employed only in Indefinite Verbs.

Examples. செய்தது, செய்கின்றது, செய்வது.* In each case, the increment அ is inserted between the tense-particle and termination: Thus செய்தது = செய் + த் + அ + து. As the form செய்வது is also employed for the participial noun ' doing', செய்யும் is invariably substituted for it in common Tamil. Thus அது செய்யும் = it will do, and not அது செய்வது.

Other examples. போயிற்று=போ+இன் + று ; ஆ யிற்று.

Indef. அணித்து, (it) is possessed of an ornament.

முதற்று, ' (it) is first,' or ' has for its first.'

பொருட்டு (பொருள் + டு), is possessed of wealth.

(e) *Plural Impersonals.* அ and ஆ. Of these, ஆ is confined to negative forms.

Examples. நடந்த * = நட + ந்த் +அ ; நடந்தன = நட + ந் + த் + அன் +அ. நடவா = நட + ஆ (they will not walk). நடந்தன (past), நடக் கின்றன (present), நடப்பன* (future).

Indefinite. கரியன, கரிய (they are black).

In common Tamil, these forms are not frequently used. It is more usual to say. மாடுகள் செத்தது than to say மாடுகள் செத்தன. As for the future, the affix உம் is the only one invariably employed in common Tamil. Thus மாடுகள் வரும், not வருவன.*

In classical Tamil, the form உம் is often employed instead of the Masculine and Feminine terminations, in which case, it shews the future tense. Thus, அவன் வரும்* and அவள் வரும்.* The verbal affix உம், therefore, has two distinct uses, (1.) it shews tense and (2.) it shews gender, viz., Masc. and Fem. in high Tamil, and Sing. and Plural. Impersonal in low Tamil.

TENSE.—காலம்.

1. The Tenses are three, viz., Past (இறந்த காலம்), Present (நிகழ்காலம்) and Future (எதிர் காலம்). Thus செய்தேன், செய்கிறேன், செய்வேன்.

There is adequate provision in the Language for the three Subordinate Tenses, which are formed, as in English, by means of an Auxiliary verb (இரு). Thus செய்திருக்கிறேன் (Perfect), செய்திருந்தேன் (Pluperfect), செய்திருப்பேன் (Future-perfect). These may be termed respectively நிகழ்விறப்பு, இறப்பிறப்பு and எதிர்விறப்பு.

2. The Tenses are most usually indicated by certain particles called இடைநிலை, lit. *Medials*, which are added on to the Roots (பகுதி) of Verbs—a method quite the reverse of that of English Verbs.

Indefinite Verbs (குறிப்புவினை) have no distinction of tense.

THE PRESENT TENSE.

3. The 'medial particles' of the Present Tense are கிறு, கின்று and ஆநின்று*.

ஆகிடந்து and ஆவிருந்து are also similarly employed. Of these, கிறு and கின்று are the most usual, of which again, கிறு is more popular in common Tamil, while கின்று is more euphonic. In fact, these are but different forms of one and the same particle.

Examples : செய்-கிறேன், செய்-கின்றேன், செய்-யாநின்றேன்; செய்யாகிடந்தேன், செய்யாவிருந்தேன்.

4. The Present Tense is formed by adding the 'medial particle' to the Root. Thus செய்கிறேன் = செய் + (root) + கிறு (particle) + ஏன் (termination).

In the above formation, the உ in கிறு, being a short one, is dropped before the initial vowel ஏ in ஏன்.

The Roots undergo no change. But வா and தா become respectively வரு and தரு, thus, வருகிறேன், தருகி

றேன். Roots ending in Vowels may add the increment உ; கூ(வு)கிறேன்.

5. The signs கிறு and கின்று have also another form with the க் doubled, thus, க்கிறு and க்கின்று.

As the one or the other of these forms is to be employed, the following rules will be of use to the student in determining his choice of the right form :

(1.) Roots ending in அ, ஆ, ஈ, ஊ, and ஓ double the க் in கிறு and கின்று.

Examples : நட-க்கிறேன், பற-க்கிறேன், திற-க்கிறேன், மண-க்கிறேன் ; கா-க்கிறேன், தா-க்கிறேன் ; சீ-க்கிறேன், நீ-க்கிறேன், தீ-க்கிறேன் ; பூ-க்கிறேன், தூ-க்கிறேன், மூ-க்கிறேன் ; கோ-க்கிறேன், மோ-க்கிறேன் தோ-க்கிறேன்.

Exceptions : வா and தா take கிறு : வரு-கிறேன், தரு-கிறேன் ; சா-கிறேன். ஈ-கிறேன் ; வே-(வு)கிறேன் ; போ-கிறேன், நோ-கிறேன்.

Singular Impersonals first add an increment (அ) to the 'medial particle' and then the termination. Thus செய்கிறது = செய் (root + கிறு + அ (incre.) + து (term.) In common Tamil, Plural Impersonals also do the same but take அன். As, செய்கின்றன =செய் + கின்று + அன் + அ. கின்று and not கிறு is the sign employed in the conjugation of Plural Impersonals. These increments are used even in the other Tenses.

(2.) Roots ending in உ, whether short or perfect, do not double the க் in the medial particle, unless the உ is preceded by a single short vowel.

Examples ; தூங்கு-கிறேன், பாடு-கிறேன், பாய்ச்சு-கிறேன், பண்ணு-கிறேன், உலா(வு)-கிறேன், உண்(ணு)-கிறேன், பின்(னு)-கிறேன், எழுது-கிறேன், &c.

It must be remembered that as a rule all roots which end in perfect 'u' originally end in mute consonants to which however the increment 'u' is euphonically affixed. Thus, சொல்லு - கிறேன் =சொல்+உ+கிறு+ஏன்.

Examples of க்கிறு : கொடு-க்கிறேன், படு-க்கிறேன், அறு-க்கிறேன், இரு-க்கிறேன்.

Exceptions : Some roots in உ preceded by a single short vowel take கிறு instead of க்கிறு. Thus, படு-கிறேன் (I endure), விடு-கிறேன், இடு-கிறேன், பொருு-கிறேன்.

Note that படு-கிறேன் is different in meaning from படு-க்கிறேன், and விடு-கிறேன் from விடு-க்கிறேன் (I release).

(3.) Roots ending in இ, ஐ, ய் and ர் take கிறு if they are Subjective (தன்வினை), and க்கிறு, if they are Objective (பிறவினை).

Examples.	*Subj.*	*Obj.*
இ	மடி-கிறேன்	மடி-க்கிறேன்.
	திரி-கிறேன்	திரி-க்கிறேன்.
	அழி-கிறேன்	அழி-க்கிறேன்.
ஐ	அலை-கிறேன்	அலை-க்கிறேன்.
	வதை-கிறேன்	வதை-க்கிறேன்.
	குறை-கிறேன்	குறை-க்கிறேன்.
ய்	மேய்-கிறேன்	மேய்-க்கிறேன்.
	சாய்-கிறேன்	சாய்-க்கிறேன்.
	தேய்-கிறேன்	தேய்-க்கிறேன்.
ர்	வளர்-கிறேன்	வளர்-க்கிறேன்
	பெயர்-கிறேன்	பெயர்-க்கிறேன்.
	சேர்-கிறேன்	சேர்-க்கிறேன்.

Exceptions : Some roots have only one form.

Ex. சிரி-க்கிறேன், பார்-க்கிறேன் ; வை-க்கிறேன் (I place), வை-கிறேன் (I abuse) ; உதை-க்கிறேன், செய்-கிறேன் ; பிய்-க்கிறேன்.

(4.) Roots ending in ன், ண் and ழ் take கிறு.

Ex. தின்-கிறேன், என்-கிறேன், காண்-கிறேன், உண்-கிறேன், வாழ்-கிறேன், தாழ்-கிறேன்.

(5.) Roots ending in ஔ, ஞ், and ந் add the increment உ and then take கிறு.

Ex. கௌ-வு-கிறேன், உரிஞு-கிறேன், பொருறு-கி றேன்.

(6.) Roots ending in ல் and ள் often change them respectively into ற் and ட் and then take கிறு.

Examples. விற்-கிறேன், நிற்-கிறேன், ஏற்-கிறேன், கேட்-கிறேன், உட்-கிறேன்.

Exceptions. உ is added to ல் and ழ். Thus, சொல்லு-கிறேன், வெல்லு-கிறேன்; உருளு-கிறேன், தெருளு-கிறேன். Also உருள்-கிறேன், வெருள்-கிறேன், கொள்-கிறேன்.

7. The Present Tense is used instead of the Future to indicate,

(1.) Quickness. இதோ நான்போய் மந்திரகிரியைக் கொண்டுவருகிறேன். (2.) Certainty. நாளைக்குப் போகிறேன். But this license is usually restricted to the 1st Person.

It is used instead of the Past.

(1.) For vividness. இராமர் இதோ வருகிறார்.—The Historic Present. (2.) When speaking of authors whose works are extant. திருவள்ளுவர் சொல்லுகிறார் அல்லவா?

8. The Present Tense indicates what is going on at the present time. It also indicates

(1.) What is universally true: மனிதர் சாகிறார்கள்; கடவுள் இருக்கிறார்.—The Indefinite Present.

(2.) Habits: சாத்தன் குடிக்கிறான்; கொற்றன் பொடிபோடுகிறான்.

(3.) Employment or occupation: பொன்னன் கூலியெடுக்கிறான்.

N.B.—For the formation of the Subordinate tenses, see below.—*Participles.*

The Past Tense.

8. The 'medial particles' of the Past Tense are said to be four, viz., த், ட், ற் and இன்.

Compare with த் and ட் the affixes 'd' and 't' of the Past tense of English Verbs.

Strictly speaking, ட் and ற் are only certain forms of த் or the natural results of its combination with certain letters. Thus த் and இன் are the proper signs of the Past tense. Ex. செய்-தேன் = செய்+த்+ஏன்; ஓடி-னேன் = ஓடு + இன்+ஏன். In the two following examples, it will be seen that the signs ட் and ற் are merely the changed forms of த்: கண்டேன், கற்றேன். Here the words may be analysed in two ways, thus: காண் (shortened into கண்) +ட் + ஏன், or காண்+த்+ஏன், the த் being changed by Sandhi into ட் on account of the ண் which precedes it,—and so கற்றேன்=கல்+ற்+ ஏன் or கல் +த்+ஏன்; in the first analysis, ல் is changed into ற், in the second both ல் and த், are by rule changed into ற்ற்.

9. The signs த் and இன் have each one natural and two modified forms. Thus:

In செய்-தேன், the sign is merely த்.

In அறி-ந்தேன், it is ந்த், i.e., the த் is euphonized.

In படி-த்தேன், it is த்த் i.e., the த் is intensified.

And so in ஓடினேன், the sign is இன், the natural form.

In போ-னேன், it is ன், merely.

In ஓடி-யது, it is இ merely, but with the incre. அ.

There are altogether, therefore, *eight* different forms of the Past tense. Some grammarians consider the இ in இன் as the real sign, the ன் being merely an euphonic affix.

In common and also classical Tamil, Sing. Impersonals add the increment அ, and Plural Impersonals, the increment அன் செய்தது, செய்தன. But not always for the sign இன்; ஓடிற்று or ஓடினது; ஓடின.

10. The following rules may help the student to fix upon the right form in a great many instances :—

(1.) Roots ending in அ and ழ் euphonize the த், thus ந்த்.

Examples : கட-ந்தேன், பற-ந்தேன் ; வாழ்-ந்தேன், தாழ்-ந்தேன்.

Exception : கவிழ்-ந்தேன் has also an objective form, viz., கவிழ்-த்தேன் ; வீழ்-ந்தேன், &c.

(2.) Roots ending in long vowels usually shorten their initials and take ந்த்.

Examples : வ-ந்தேன் (வா), த-ந்தேன் (தா) ; வெ-ந் தேன் (வே), நொ-ந்தேன் (நோ) ; தீ-ந்தேன், ஈ-ந் தேன் ; மோ-ந்தேன்.

Exceptions : கா-த்தேன், செ-த்தேன் (சா); சீ-த்தேன் ; பூ-த்தேன் ; கோ-த்தேன்.

ஆ-னேன் and போ-னேன் (from ஆ and போ) are peculiar in taking the sign ன். ஆயினேன் and போ யினேன் are also other forms of the same with இன் as the sign. Sing. Imp. ஆனது or ஆயிற்று ; plur. ஆயின.

(3.) As in the Present Tense, roots ending in இ, ஐ, ய் and ர் take ந்த் for the Subjective and த்த் for the Objective form.

Examples.	*Subj.*	*Obj.*
இ	மடி-ந்தேன் திரி-ந்தேன் அழி-ந்தேன்	மடி-த்தேன். திரி-த்தேன். அழி-த்தேன்.
ஐ	அலை-ந்தேன் வதை-ந்தேன் குறை-ந்தேன்	அலை-த்தேன் வதை-த்தேன். குறை-த்தேன்.
ய்	மேய்-ந்தேன் காய்-ந்தேன் தேய்-ந்தேன்	மேய்-த்தேன். காய்-த்தேன். தேய்-த்தேன்.

Examples. *Subj.* *Obj.*

ர்	வளர்-ந்தேன்	வளர்-த்தேன்.
	பெயர்-ந்தேன்	பெயர்-த்தேன்.
	சேர்-ந்தேன்	சேர்-த்தேன்.

Exceptions in இ. Some have only one form : படி-த்தேன், சிரி-த்தேன், தரி-த்தேன்.

Exceptions in ஐ. Only one form : வை-தேன் ; தை-த்தேன், வை-த்தேன், படை-த்தேன்.

Exceptions in ய். Only one form : செய்-தேன், நெய்-தேன், பெய்-த்தேன். It is evident from this that ய் preceded by a single short syllable takes the natural form of த். Some take ந்த் only : காய்-ந்தேன், பாய்-ந்தேன்.

Exceptions in ர். Some take த்த் only : பார்-த்தேன், வார்-த்தேன் ; others take ந்த் only : நேர்-ந்தேன், ஓர்-ந்தேன்.

(4.) Roots ending in short உ and in the *added increment* உ invariably employ இன்.

Ex. ஓடினேன், தேறினேன், தேற்றினேன், பேசினேன், எழுதினேன், சோரினேன், உருமினேன், நீங்கினேன், பொருவினேன், பின்னினேன், பேணினேன். *Exceptions :* போட்-டேன், இரு-ந்தேன், also பொரு-தேன்.

In the conjugation of Singular Impersonals (ஒன்றன் பால்), with the termination து, the increment அ is always inserted. Thus ஓடினது = ஓடு + இன் + அ + து. There is no incre. in ஓடிற்று, but the ன் is changed into ற்.

(5.) Of dyssyllabic roots ending in perfect டு and று, and கு and மு.

(i) Some take த்த். *Ex.* கொடு-த்தேன், பொறு-த்தேன், ; வெறு-த்தேன் ;

(ii) A few simply double the final consonant, பெற்றேன் (பெறு), செற்றார்.

(iii) Many take both the forms to signify different ideas: படுத்தேன், பட்டேன்; அறுத்தேன், அற்றேன்; விடுத்தனேன், விட்டேன்; உறுத்தேன், உற்றேன்; அடுத்தேன், அட்டேன்.

(a.) A few in கு take ந்த் for the common dialect, and double the க் for the classical: மிகு-ந்தேன், மிக்கேன்;* புகு-ந்தேன், புக்கேன்;* and so தகு, &c.

(b.) Of Roots in ழு, some take த், and others ந்த். Thus, தொழு-தேன், அழு-தேன், உழு-தேன்; விழு-ந்தேன், எழு-ந்தேன். *Exceptions.* பழுத்-தேன், கொழு-த்தேன்.

(6.) Roots ending in ல் and ற் take ற் and change the ல் usually into ன் and rarely into ற்.

Examples: என்-றேன்; தின்-றேன்; சென்-றேன் (செல்), கொன்-றேன் (கொல்), நின்-றேன் (நில்) வென்-றேன் (வெல்); கற்-றேன் (கல்).

Exception. சொல் takes இன். சொல்லினேன் or more usually சொன்னேன். In poetry, however, ற் is also employed. "சொற்ற நீர் நில்லாததென்" is an expression in the Nithi Neri Vilakkam. Also புல்லினேன்.

(7.) Roots ending in ள் and ண் take ட் and change the ள் into ண்.

Examples. கண்-டேன், உண்-டேன்; உருண்-டேன் (உருள்), புரண்-டேன் (புரள்), வெருண்-டேன்.

Exceptions. அருள்-இனேன், தள்-ளினேன், பேண்-இனேன், துள்ளி-னேன்.

11. The Past Tense is used instead of the Future to indicate,

(i.) Quickness. சாப்பிட்டாயிற்று—the answer of one who is still eating; இதோ வந்துவிட்டேன், of one who is about to come; and (ii.) Certainty. நீ அங்கே போனாயோ செத்தாய் meaning நிச்சயமாய்ச் சாவாய். எறும்பு திட்டை ஏறினால் மழை பெய்தது.

Examples.	Subj.	Obj.

ர் { வளர்-ந்தேன்   வளர்-த்தேன்.
   பெயர்-ந்தேன்   பெயர்-த்தேன்.
   சேர்-ந்தேன்   சேர்-த்தேன்.

The Future Tense.

12. The signs of the Future Tense are ப் and வ். Of these ப் is, in some cases, doubled. *Ex.* காண்-பேன், படி-ப்பேன், செய்-வேன். In former times, ம் seems to have been another sign of the Future as well as Past. என்மர் = என் + ம் + அர் = என்பார் ; also என்மனார் with the increment அன் ; but this is obsolete.

13. But in common Tamil Singular and Plural Impersonals invariably reject these signs and possess but one common termination (உம்) which shews both Tense and Gender. அவன் செய்-வான், but அது or அவை செய்-யும், though in classical style it could also be செய்-வது and செய்-வன. In classical Tamil, அவன் or அவள் செய்-யும் is also quite correct. See above.—Terminations.

14. The following rules will, to some extent, enable us to distinguish in use between the two signs ப் and வ்.

(1.) Roots ending in அ, ஈ, ஊ, and ஓ, usually take ப்ப்.

Examples. நட-ப்பேன், பற-ப்பேன் ; தீ-ப்பேன், சீ-ப்பேன் ; தூ-ப்பேன், பூ-ப்பேன் ; கோ-ப்பேன், மோ-ப்பேன்.

Exceptions. (நீக்கு)-வேன், கூ(வு)-வேன் ; போ-வேன், ஏ(கு)-வேன். Also தீ-வேன் (subjective).

Sing. and Plur. Impersonals insert the increment கு : thus நட-க்கும் தூ-க்கும், கோ-க்கும், *Exceptions.* பா-டும் ; நோக்கும் ; கூ-வும் (without any increment.)

(2.) As in the Present and Past Tenses, roots ending in இ, ஐ, ய், and ர் take வ் for the Subjective, and ப்ப் for the Objective form.

Examples.	*Subj.*	*Obj.*
இ	மடி-வேன்	மடி-ப்பேன்
	திரி-வேன்	திரி-ப்பேன்
	அழி-வேன்	அழி-ப்பேன்
ஐ	அலை-வேன்	அலை-ப்பேன்
	வதை-வேன்	வதை-ப்பேன்
	குறை-வேன்	குறை-ப்பேன்
ய்	மேய்-வேன்	மேய்-ப்பேன்
	சாய்-வேன்	சாய்-ப்பேன்
	தேய்-வேன்	தேய்-ப்பேன்
ர்	வளர்-வேன்	வளர்-ப்பேன்
	பெயர்-வேன்	பெயர்-ப்பேன்
	சேர்-வேன்	சேர்-ப்பேன்.

Exceptions. Some have only one form. படி-ப்பேன்; வை-வேன், தை-ப்பேன்; செய்-வேன், நெய்-வேன்; ஓய்-வேன்; பார்-ப்பேன், வார்-ப்பேன்; நேர்-வேன், ஓர்-வேன்; காய்-வேன், பாய்-வேன். Compare these with the examples and exceptions given under Rule (3) of the Past Tense.

In the case of Impersonals, க்கு is inserted as the sign of the objective form. Thus, மடி-யும், மடி-க்கும்; அலை-யும், அலை-க்கும்; வள-ரும், வளர்-க்கும்; மே-யும், மேய்-க்கும்.

(3.) Roots ending in short உ, or in the added increment உ, and in ஏ, ள், ழ், and ற், take வ்.

Examples.

உ	ஓடு-வேன்	ல்	சொல்-வேன்
	தேறு-வேன்		சொல்-வேன்
	கொல்(லு)-வேன்		வெல்-வேன்
ஏ	வே(கு)-வேன்		போல்-வேன்
ழ்	வாழ்-வேன்	ள்	கொள்-வேன்
	தாழ்-வேன்		அருள்-வேன்

Exceptions. Some roots ending in perfect கு and று take two forms, as shewn above, வ் for one meaning and ப்ப் for the other. Thus அறு-வேன், அறு-ப்பேன் ; படு வேன், படு-ப்பேன்.

A few take only one sign (ப்பு) பழு-ப்பேன் ; கொழு-ப்பேன், பொறுப்பேன்.

Exceptions in ல் and ள் : நிற்-பேன், கற்-பேன், விற்-பேன், தோற்-பேன் ; கேட்-பேன், நட்-பேன்.

Roots which take ப் or ப்ப for the Impersonals add the increment கு. Thus, அறு-க்கும், படு-க்கும் ; கொழுக்கும், விற்கும்.

(4.) Roots ending in ன் and ண் take ப்.

Ex. என்-பேன், தின்-பேன் ; உண்-பேன், காண்-பேன். Impersonals may or may not add கு. என்-னும் or என்கும்.

15. Besides *future* actions, &c., the Future Tense indicates

(i.) *Nature* or *habit* : குழவினிதென்பர்...தம்மக்கள்... சொற்கேளாதவர் ; கொற்றன் அந்நியர்க்கு அன்னம் இடுவான்.

(ii.) *Acquirement* : சாத்தன் ஆடுவான், பாடுவான், ஓடுவான், &c. நான் தச்சுவேலை செய்வேன்.

(iii.) *What is past* : கல்வினும் வலியதோ, கவலும் நெஞ்செனபார் ; முன்னோர் பலவிதமாய் சொல்லுவார்கள்.

(iv.) *Doubt* : Especially the form in உம் ; சனங்கள் அப்படிப்பேசிக் கொள்வார்கள் ; இந்தச்சேலை பத்து பணம்இருக்கும்.

16. The following then are the signs of the Tenses as related to one another and modified variously for euphony and intensity :—

	Present.		*Past.*	*Future.*
1st Series.	கிறு	ந்த	த், ட், ற்	வ், ப்
2nd Series.	க்கிறு		த்த்	ப்ப்.

If the distinction between the uses of கிறு and க்கிறு is once ascertained, that of the others will follow (naturally). Thus the Fundamental rule is as follows :

Verbs in கிறு invariably take for the Past and the Future the signs of the 1st series, while those in க்கிறு take the signs of the 2nd. ந்த் is common to both.

17. There are therefore a weak and a strong Conjugation of Tamil Verbs. Thus

Weak அறி -கிற்-ஏன் -ந்த் -ஏன் -வ்-ஏன்

Strong படி / நட } க்கிற்-ஏன் -த்த் / -ந்த் } ஏன் ப்ப்-ஏன்.

To these may be added a middle one involving the other signs in the 1st series of the Past and the Future. Thus

Middle {
செய்-கிற்-ஏன் -த்-ஏன் -வ்-ஏன்.
விற்-கிற்-ஏன் -ற்-ஏன் -ப்-ஏன்.
காண்-கிற்-ஏன் -ட்-ஏன் -ப்-ஏன்.

18. Most verbs employ but one form of Conjugation, while most of those in இ, ஐ, ய், and ர் and a few in உ have both the weak and strong forms, the first being generally taken for the Subjective and the second for the Objective Mood.

19. The subjoined Table illustrates in a great measure the various tense-formations of Roots of all the twenty-two Terminations.

Term.	Root.	Present.	Past.	Future.
அ	நட	நட-க்கிறேன்	-ந்தேன்	-ப்பேன்
ஆ	ஆ	ஆ-கிறேன்	-னேன்	-வேன்
	கா	கா-க்கிறேன்	-த்தேன்	-ப்பேன்
	சா	சா-கிறேன்	-த்தேன்*	-வேன்
	வா	வரு-கிறேன்	-ந்தேன்†	-வேன்
இ	மடி	மடி-கிறேன்	-ந்தேன்	-வேன் s
		மடி-க்கிறேன்	-த்தேன்	-ப்பேன் o
	சிரி	சிரி-க்கிறேன்	-த்தேன்	-ப்பேன்
ஈ	தீ	தீ-கிறேன்	-ந்தேன்	-வேன் s
		தீ-க்கிறேன்	-த்தேன்	-ப்பேன் o
உ	ஓடு	ஓடு-கிறேன்	-இனேன்	-வேன்
	படு	படு-கிறேன்	-டேன்*	-வேன்
		படு-க்கிறேன்	-த்தேன்	-ப்பேன்
	அழு	அழு-கிறேன்	-தேன்	-வேன்
ஊ	பூ	பூ-க்கிறேன்	-த்தேன்	-ப்பேன்
ஏ	வே	வே-கிறேன்	-ந்தேன்	-கு-வேன்
ஐ	அலை	அலை-கிறேன்	-ந்தேன்	-வேன் s
		அலை-க்கிறேன்	-த்தேன்	-ப்பேன் o
	வை	வை-கிறேன்	-தேன்	-வேன்
		வை-க்கிறேன்	-த்தேன்	-ப்பேன்
ஒ	நொ	defective		
ஓ	நோ	நோ-கிறேன்	-ந்தேன்*	-வேன்
	கோ	கோ-க்கிறேன்	-த்தேன்	-ப்பேன்
ஔ	கௌ	கௌ-உகிறேன்	-இனேன்	-வுவேன்
ஞ்	உரிஞ்	உரிஞு-கிறேன்	-இனேன்	-வேன்
ண்	உண்	உண்-கிறேன்	-டேன்	-பேன்
ந்	பொருந்	பொருந்-உகிறேன்	-இனேன்	-வேன்
ம்	திரும்	திரும்-உகிறேன்	-இனேன்	-வேன்
ய்	மேய்	மேய்-கிறேன்	-ந்தேன்	-வேன் s
		மேய்-க்கிறேன்	-த்தேன்	-பேன் o
	செய்	செய்-கிறேன்	-தேன்	-வேன்

*வ; *செ; *நொ; †பட.

Term.	Root.	Present.	Past.	Future.
ர்	வளர்	வளர்-கிறேன்	-ந்தேன்	-வேன்
		வளர்-க்கிறேன்	-த்தேன்	-ப்பேன்
	பார்	பார்-க்கிறேன்	-த்தேன்	-ப்பேன்
ல்	செல்	செல்-லுகிறேன்	-றேன்	-வேன்
	வில்	விற்-கிறேன்	-றேன்	-ப்பேன்
வ்	வவ்	the same as வெள		
ழ்	கவிழ்	கவிழ்-கிறேன்	-ந்தேன்	-வேன்
		கவிழ்-க்கிறேன்	-த்தேன்	-ப்பேன்
	வாழ்	follows the Subjective Conjugation of கவிழ்		
ள்	கொள்	கொள்-கிறேன்	-ண்டேன்	-வேன்
	கேள்	கேட்-கிறேன்	-டேன்	-பேன்
ன்	என்	என்-கிறேன்	-றேன்	-பேன்.

20. Tense is also denoted by the following terminations ;—but these are restricted chiefly to the Classical style :—

(1) று,* றும்,* து,* தும்,* and ப* denote the Past and Future.

Examples. சென்று, சென்றும், (past) ; சேறு, சேறும் (future) ; வந்து, வந்தும் (past) ; வருது, வருதும் (future)—where note that the *past* is meant if the termination is joined to its kindred nasal ; செய்ப.

(2.) டு,* டும்* denote the Past. உண்டு, உண்டும் I ate, we ate.

(3.) கு,* கும்,* denote the Future.

Ex. உண்கு, உண்கும், I will eat, we will eat.

All the above Terminations, peculiar to classical Tamil, are of great value, as they indicate Tense as well as Gender, Number and Person.

(4.) உம் denotes the Present and Future. செய்யும்.

(5.) ஆ a negative termination—denotes all the three tenses. செய்யான்—*now, before and hereafter*, though the future is the most natural meaning.

To these may be added another *classical* form of the Past Tense. Roots in உ change it into ஈஇ. Thus கமு, கழீஇனேன்; மரு, மரீஇனேன்.

21. From all that has been said above, it is evident that the Tense of Tamil Verbs is denoted in three ways, viz., (1.) by medial particles, (2.) by doubling the final consonant of dissyllabic roots, and (3.) by terminations.

NEGATIVE FORMS.—எதிர்மறைமுற்று.

1. There are two kinds of Negative forms of Finite Verbs, the General and Special.

2. The General form is common to all the Tenses, the Special is adapted to each. Each of these, again, is sub-divided into the classical and common, according as it is restricted to the one or the other kind of Tamil.

3. The General form of the Classical Style is formed by merely adding the Personal Termination to the root of the Verb. Thus படி-யேன்,* படி-யாய்,* படி-யோம்,* படி-யீர்,* படி-யான்,* ள், ர், படி-யா-து, படி-யா.

The Singular and Plural Personals are exceptions. The former inserts the particle ஆ while the latter has a special negative ending, viz., ஆ. This formation is peculiar to Tamil. படி-யேன் is simply, Read-I; and yet, without a single neg. element in it, the expression is an emphatic negation. The negative idea appears to be implied in the total absence of all significance of time.

4. The General form of the common style is simply an expanded form of the former. Thus படிக்கமாட்-டேன், டாய், &c., which is a compound of the Present Verbal Participle of படி + the auxiliary மாட்டு + the Personal ending ஏன். Though these forms are said to be common

to all the Tenses, the predominant idea is Future. It would be quite correct to render படியேன் into "I *will* not read.'

5. The Special forms are obtained by inserting the negative particle இல் for the classical, and ஆதிரு for the common style, with this difference that the tense-particles precede the first, but follow the second.

Examples. படி-க்கின்ற் + இல்-ஏன்* ; படியாதிரு-க்கின்ற்-ஏன், in which note the different situations of the negative particles. Strictly speaking, the second expression should be படியாது-இருக்கின்றேன், 'I am without reading,' *i.e.*, the present tense of the auxiliary verb இரு is added to the negative verb. part. of the principal verb படி.

Ex. of the other Tenses.—படி-த்தில்-ஏன், படி-க்கில்-ஏன் ; படியாதிருந்தேன், படியாதிருப்பேன் ; and so on.

6. There are two other forms in use in Common Tamil. The first is formed by adding the Indef. Verb இல்லை to the Conjugated Verbal Noun or the Present Verbal Participle. படித்தது-இல்லை, படிக்கிறது-இல்லை, படிப்பது-இல்லை. This is a convenient form but it has no distinction of Person and Gender, while படிக்க-வில்லை has the additional advantage of being common to all the tenses.

The other unusual form simply adds இல்லை to each Finite Verb, thus, படித்தேன்இல்லை, &c.

7 Indefinite verbs also obtain negative forms by adding the verbal forms of இல் and அல். Ex. நல்லன்-அல்லேன், நல்லன்-அல்லாய் ; குழையன்-அல்லேன், குழையம்-அல்லேம், &c. But these are not to be employed in common Tamil.

PARTICIPLES.—எச்சம்.

1. There is a defective form of the Tamil Verb called எச்சம், ' defect,'—a verbal noun from எஞ்சு, to be deficient.

The usual English rendering ' Participle' does not express the full force of the Tamil term ' எச்சம்', for the latter serves the purpose not only of the Participle properly so called, but also that of a Relative Pronoun, Adjective, Gerund, Infinitive, Conditional Mood, &c., besides being the *base* of various forms of the Tenses and Moods.

The Nannûl enumerates nine kinds of defective forms, among which the Participles are reckoned as the first and second.

2. As already mentioned under ' Classification of Verbs,' there are two kinds of Participles, the Relative and Verbal : பெயரெச்சம் and வினையெச்சம், or literally, Noun-defect and Verb-defect.

These are also termed Adjective and Adverbial Participles, the former having the nature of Adjectives and the latter that of Adverbs.

I. RELATIVE PARTICIPLES.

1. The Relative Participle is that form of the Verb in which a *Noun* is required to complete its meaning,—hence the Tamil name பெயரெச்சம். As, வந்த, செய்கிற, போகும்.

In these examples, the words simply mean *that came*, *that does, that will go*, where the *antecedent* of the Pronoun is absent in each case. But put some such noun as மனிதன் after each participle, and the meaning becomes complete.

2. The Relative Participle is inflected for the three Tenses.—Thus

(a.) For the Present Tense, the termination அ is affixed to the *Present* temporal sign கிறு or கின்று. Thus செய் கின்ற = செய்+கின்று+அ ; வரு+கிறு+அ = வரு கிற.

(b.) For the Past Tense, the same termination (அ) is added to the *Past* temporal sign, த், ட், ற், or இன். செய்த, கொண்ட (கொள்+த்+அ) ; விற்ற (வில்+ ற்+அ) ; ஓடின (ஓடு+இன்+ அ) ; போன ; சொன் ன or சொல்லிய. Also தழீஇய from தழுவு ; மரீஇய from மருவு,—confined to poetry.

(c.) The formation of the Future Tense is, however, peculiar—as the termination உம் is added not to any *Future* temporal sign, but to the Root itself. Thus, செய்-யும் ; ஓடும் ; in காக்-கும், விற்-கும் notice the insertion of the increment கு.

The *Future* Rel. Participle is so called probably more for convenience than anything else, as it is equally applicable to the Present Tense ; and one may venture to state that it is on this account that the Future temporal signs are omitted in the construction of this Participle.

In the example, இப்பொழுது பெய்யும்மழை,-பெய் யும் denote *present* time, but in the example இனி பெய்யும் மழை,—it denotes *future* time. But the *present* signification of the Future Rel. Part is somewhat different from the signification of the Present Rel. Participle. அறுக்கிறவாள் is not exactly the same as அறுக்கும் வாள்,—the latter has the more general signification of the Present Tense, namely, 'nature or habit,' as in the present instance.

4. The terminations of the Rel. Participle should not be confounded with those of Finite verbs. Thus, ஓடின குதி ரைகள் may mean 'the horses *which ran*' or 'the horses *ran*,'

according as you regard அ in ஓடின as the termination of a Rel. Part. or of a Plural Personal Verb. And so of ஓடும் குதிரைகள். This may signify either 'the horses *which are running*,' or 'the horses *will run*.'

Frequently in poetry and occasionally in prose, the middle Vowel-consonant of the Fut. Rel. Participle is omitted. Thus நாமனா for நா(வு)ம் மனா, the creeping serpent; ஆம்கா ரியம் for ஆ(கு)ம் காரியம். In poetry, the உம் ; is sometimes changed into உந்து. As, பாயுந்து for பாயும்; கூப் பெயர்க்குந்து for பெயர்க்கும்.

5. There is a very important and special use of the Rel. Participle *without* any of its temporal signs and terminations, called in Tamil வினைத்தொகை literally 'verbal ellipsis,' so termed because all verbal signs are omitted. In other words, Verbs or rather Imperatives are very largely used as Adjectives, and these become Relative Participles when the ellipsis is supplied. These may be termed 'Verbal Adjectives.'

Examples: அடு-களிறு; வரு-புனல்; அரி-வாள்; வெட்டு-கத்தி; சுடு-சாதம். Such compounds as these are very common in colloquial Tamil, while poetry abounds in them. In English, however, constructions like 'go-cart,' 'brew-house,' are very rare.

அடு-களிறு=அடுகின்ற, அட்ட or அடும் களிறு= a fighting (war) elephant. But it need not be imagined that அடு-களிறு is the same அடு-கின்றகளிறு— the former implies the 'nature' or 'quality' of the elephant and distinguishes it from all other elephants, while the latter merely intimates that *fighting* is the present action of a certain elephant. சுடு-சாதம், is *hot rice* as opposed to cold, but சுடுகின்ற சாதம் is 'rice which is hot' (just now). புகையிலை is 'tobacco,' but புகைகிறஇலை is any leaf that smokes.

6. Thus a Relative Participle distinguishes one individual from another while a Verbal adjective distinguishes one class from another;—the former is special and the latter general.

7. Any of the six kinds of Nouns may be the supplementing word of a Relative Participle. வந்தகுதிரை (object); பிறந்தவூர் (place); வாழ்ந்தநாள் (time): மலர்ந்தபூ (member); விளங்கின அழகு (quality); நடந்த நடை (action). But the Signs are invariably suppressed.

8. These Supplementary Nouns may be in any case except the 6th and 8th; that is, they are not *always* the subjects of the Participles.

Thus: வந்தமனிதன் (Nominative); செய்த வேலை (Accusative); நான் அறுத்தகத்தி (3rd Case); போகும் இடம் (Dative); இறங்கின மலை (5th Case); வந்தவழி (Locative.)

When followed by Datives, Relative Participles frequently have the force of Gerunds. As, படுக்கும் அறை, an apartment for sleeping; உடுக்கும் உடை, apparel for wearing; குடிக்குஞ் சலம், drinking water. And the same, to some extent of Verbal Adjectives; விடுகதை, a riddle to be solved.

9. There may be two or more Rel. Participles governed by the same noun. Thus, உதிர்ந்த உலர்ந்த இலைகள்; மலையினின்றும் கொண்டுவந்த தெளிந்த குளிர்ந்த சலம். But these are not very common.

10. *Negative forms.*—One common form is obtained by adding the affix ஆத to the Root of the verb. படி-யாத (ய் euphonic): செய்-யாத; நட-வாத.

ஆத is itself a compound, as it is=ஆ (negative particle) + த் (inserted euphonic—எழுத்துப்பேறு) + அ (Relative affix.)

By adding the Rel. Participles of the auxilliary இரு to the negative *Verbal* participle of the given Verb a form is obtained for each Tense.

Thus, படி-க்காதிருக்கிற, படி-க்காதிருந்த, படி-க்காதிருக்கும்.

In poetry, the த in ஆத is usually omitted. உண்ணாக் குதிரைகள் for உண்ணாத குதிரைகள்; இல்லாப்பொருள் for இல்லாதபொருள், where note that the coming consonant is doubled when த is omitted. This is important—for உண்ணாக் குதிரைகள் means 'the horses which do not eat,' while உண்ணா குதிரைகள் means 'the horses will not eat.' Similarly பட்ட குதிரைகள் means 'the horses which endured,' but பட்டகுதிரைகள் is 'state horses.'

11. *Appellative Participles.* Certain Abstract Nouns in மை may be used as Relative Participles. But when so used, the abstract termination is dropped, certain changes are made in the body of the Noun, and the relative suffix அ added at the end. In Tamil these are called குறிப்புப்பெயரெச்சம்.

Examples. பெருமை=பெரிய,—உ changed into இ and ய் inserted between இ and அ.

நன்மை= நல்ல,—ல் in நல் is doubled.

செம்மை=செய்ய, — ம் changed into ய். High Tamil.

Common nouns : முகம்=முகத்த,—ம் changed into த் and doubled. High Tamil.

பெயர்=பெயரிய,—இன் inserted between ர் and அ. High Tamil.

It is a mis-nomer to call these Rel. Participles, as they indicate no action at all but only quality. They are genuine Adjectives.

From இன்மை and அன்மை are derived இல்-லாத and அல்-லாத. In these examples, negation is twice expressed, first by the Roots themselves, and next by the negative suffix ஆத.

12. There are no Relative Pronouns in Tamil, as they are implied in the Relative Participles.

Thus வந்தமனிதன்=' the man *who* came.' கட்டின வீடு=' the house *which* was built.'

13. Relative Participles are the bases of several forms of Verbs :—

(1.) *Conjugated Nouns:* படிக்கிற-வன், படித்த-வன் படிக்கு-மவன் ; படியாத-வன்.

(2.) *Verbs of Reason:* படிக்கிற-படியால், வந்த-படியால், வராத-படியால்.

(3.) *Verbal Participles.* செய்த-க்கால் (செய்தால்) ; கண்டுழி (கண்ட and உழி) ; செய்த-விடத்து, &c.

(4.) *Adverbs of manner, attitude and purpose.* நிற்கிற-படி ; நின்ற-படி ; நிற்கும்-படி,—' according as (one) stands,' ' while standing' (past), ' in order to stand.'

As already stated, neither Relative nor Verbal Participles have any distinctions of Gender, Number or Person. வந்த மனிதன் or குதிரை ; செய்து போனான் or போனாள் or போனது.

I. VERBAL PARTICIPLES.

1. The Verbal Participle, or வினை எச்சம், as it is termed in Tamil, is that defective form of the Verb in which another verb is required to complete its meaning. As வந்து போனான் ; வரச் சொன்னான் ; வந்தால் கொடுப்பேன்.

In the examples given above none of the three participles வந்து, வர and வந்தால் would be complete without the Finite Verbs which follow them. The governing Verb may however be at any distance from its dependent Participle.

2. There are three kinds of Verbal Participles—the Present, Past and Future.

The *Present Participle* signifies much more than mere present time. It ought to be more appropriately called the Indefinite Participle.

3. The Indefinite Participle is formed by adding the termination அ to the Root or to the inserted increment கு. Ex. தேட ; நட-க்க, செய்-ய ; ஆ-க ; சா-வ ; also நட-ப்ப,* உண்குப,* காணிய.* Some verbs have two forms, one for the subjective and one for the objective use : மறை-ய, மறை-க்க ; அழி-ய, அழி-க்க.

Some grammarians say that க் in நட-க்க, ப் in நட-ப்ப, and இ in காண்-இய are 'inserted letters' (எழுத்துப்பேறு), rather than increments ; but it does not matter much by what name they are designated. The அ of the Indef. Part. must be carefully distinguished from the அ of the Rel. Part. ; in the former it is added to the Root or increment, while in the latter it is always added to the Temporal sign. Thus, படி-க்க ; படி-த்த, படி-க்கிற.

4. The Indef. Participle has several important uses : it indicates

(i.) *Reason :* மழை பெய்யக் குளம் நிறைந்தது, *it having rained,* the tank was filled. Here, பெய்ய is the same as பெய்து or பெய்ததினல், and so it denotes past and not present time.

(ii.) *Condition or effect :* மழைபெய்யக் குளம் நிறையும், *if it rains,* the tank will be filled.

Here, பெய்ய has the force of the subjunctive செய்தால் and thus it implies future significance.

(iii.) *Infinitive noun* in the nominative or objective case. அவன் வரவேண்டும், where வர is equivalent to வருதல் ; அவன் வரக் கண்டேன், where வருதலை is the meaninig of the Participle. In the sentence அவனை வரக்

கண்டேன், both the Part. and the Finite Verb are taken as one Compound Verb, and more stress laid on the personal object அவனை.

(iv.) *Gerund :* குடிக்கக் குளம் வெட்டினான்-குடிக்கும்படி. அடிக்கத்தடியெடுத்தான்.

(v.) *Past time :* சாத்தன்வரக் கொற்றன் போனான். வர=வந்தபிறகு. Also with உம் ; வரவும்=வந்தஉடனே.

(vi.) *Simultaneous action :* ஒருவன் ஆட, ஒருவன்பாடுகிறான், ஆட=while one dances. தர்மர் கொலுவிருக்கத்தம்பிமார் வீற்றிருந்தார்.

(vii.) *Optative :* நீர் வர=நீர் வரக்கடவீர். Usually உம் is added. கொடுக்கவும் ; செய்யவும்.

(viii.) *Adverb :* மிகத்தின்றான் (much) ; also மிகவும்.

(ix.) *Conjunction :* இது நிற்க ; இப்படியிருக்க.

(x.) When repeated, it has the force of 'the more—the more.' ஏறஏற உயரமாயிருக்கும் ; வரவர மாமி கழுதைபோலாகிறாள் (Proverb).

5. Several important forms are derived from the Indefinite Participle. (i.) Passive Voice, அடிக்க-ப்படு ; செய்ய-விருக்கிறேன். (Present intention).

(ii.) Potential and other moods, செய்ய-வேண்டும், செய்ய-க்கூடும், செய்ய-டாளும், செய்ய-மாட்டேன்; செய்ய-ப்போகிறேன், &c. See below 'Auxiliary Verbs.'

6. The terminations of the *Past Verbal Participle* are உ and இ for both the dialects and பு,* ஆ,* ஊ,* and என,* for the higher alone. Ex. செய்-து, ஓடி ; செய்-பு,* செய்-யா,* செய்-யூ,* செய்த்-என.*

Of the common terminations, இ is added to the Roots of such verbs as form their past tense by இன், and உ

to all others. Thus, ஓடி, தேறி, அருளி, பேணி; ஆய் and போய் (contractions perhaps of ஆயி and போயி as seen in the forms ஆயினேன் and போயினேன்). In the case of உ, the tense particle is invariably inserted. Thus, செய்து (செய்+த்+உ); உண்டு (உண்+ட்+உ); விற்று (வில்+ற்+உ); கொண்டு, கேட்டு; also பட்டு, கெட்டு, &c.

In the higher dialect, roots ending in ரு and ழு sometimes change the உ into ஈஇ and make it a vowel-prolongation. தழீஇ;* ஓரீஇ*, மரீஇ* meaning தழுவி, ஒருவி and மருவி. Also nouns ending in ஐ become Past-Participles by adding இ. Ex. உரைஇ* (உரைத்து), நசைஇ* (விரும்பி). Beschi adds the forms கேட்டலும்* (verbal noun in ல் with உம்) for கேட்டு; சொல்லலும்* for சொல்லி.

7. Past Participles are often used as (i.) Adverbs. Ex. நடந்து வந்தான், he came walking; கீழ்ப்படிந்து நடந்தான்; ஓடிவா; சிரித்துப்பேசாதே does not mean 'don't laugh, don't speak,' but 'don't speak laughing.'

(ii.) They become Adverbial phrases by the addition of particles of time and place like உழி, உளி = செய்துழி* (செய்தபோது); வந்துளி, செப்புளி, &c.

(iii.) Finite Verbs. Ex. உண்ணுன், ஒளிநிருன், ஓங்கு புகழ் செல்வம் துன்னரும் கேளிர் துயர் களையான், கொன்னெவழங்கான், &c. for emphasis instead of உண்டு, ஒளிநின்று, களையாமல் and வழங்காமல்.

8. Frequency of the act is indicated by repeating the Participle. அள்ளி அள்ளிக்கொடுத்தான்; வாரி வாரி இறைத்தான்; உன்னைத் தேடித்தேடி என் காலும் ஓடிந்ததே.—'Over and over again.'

With the addition of உம், it becomes concessive and is then followed by a negative predicate. செய்தும்

பயனில்லை; போயும் கிடைக்கவில்லை; தேடியும் அகப்படவில்லை. Compare also the following forms: செய்தும் என்? இருந்தென்ன வாழ்ந்தென்ன? 'Of what avail is it to live and prosper?'

When அற்று (it is like) is affixed to the Past Participle, as we often meet with in the Kural, the compound has the force of 'it is like having——' ஆடியற்று (it is like having danced; வந்தற்று; உறைந்தற்று. As ஆடியற்று means ஆடியது போன்றது, ஆடி may also be regarded as its contraction by apocope of the termination அது. So வந்தது போன்றது, &c.

9. The Past Participle is the inflectional base of the subordinate tenses. செய்-திருக்கிறேன், செய்-திருந்தேன், செய்-திருப்பேன். Also of other verbal forms. செய்து-வந்தேன்; செய்து-கொண்டேன், செய்து-வைத்தேன்.

10. Unlike the Relative, Verbal Participles may be connected by உம். பையன் படித்தும் தேறியும் வளர்ந்தும வருகிறான். In such a case each part. is governed by the same finite Verb.

11. The *Future Verbal Participle* is variously formed. The terminations are ஆல், இய,* இயர்,* இன்,* இல்,* வான்,* பான்,* பாக்கு.* Of these the common termination ஆல் is added to the past tense-particle: thus செய்தால், வந்தால், ஓடினல், கேட்டால், விற்ருல், &c. All the others are added to the Root: செய்பிய, செய்பியர், செய்யின் or நடக்கின் (கு incre.), செய்வான், உண்பான், உண்பாக்கு,—all restricted to high Tamil.

In common Tamil, வான் and பான் are used in questions: செய்வான் ஏன்? உண்பான் ஏன்? meaning ஏன் செய்யவேண்டும், ஏன் உண்ணவேண்டும்? ஏல்,* and ஏனும்* are also added sometimes to the past tense part. and sometimes to the finite verb. உண்டேல், உளரேல் ; உண்டேனும், உளரேனும் ; the last is concessive.

The future participle is also formed by adding the nouns கால்,* கடை,* வழி,* உழி,* இடத்து,* பின்,to the past adj. participle செய்தக்கால், வந்தக்கடை, மாணுக்கடை (negative),உற்றவழி,உற்றுழி,வந்தபின் வந்தவிடத்து ; also வருமிடத்து, வருமுன். Sometimes உம் is added to the Verbal Noun,—காண்டலும்,* செய்தலும்.*

12. The future verbal participle corresponds to the indicative in 'if' and the Conditional Mood. The several forms 'if he comes,' 'if he come,' 'if he came,' and 'if he had come' may be approximately expressed by 'வந்தால்,' 'வருவானானால்,' 'வந்தானானால்,' and 'வந்திருந்தானானால்.'

The addition of உம் makes the participle concessive, but the governing verb does not on that account become negative. வந்தாலும் கொடுப்பேன், வந்தாலும் கொடேன்.

13. When followed by என் or என்ன, it has the force of 'what does it matter?' வண்ணான் வீட்டுக்கழுதைக்கு முன்கால் ஒடிந்தால் என்ன, பின்கால் ஒடிந்தால் என்ன ?

The form 'வந்தாலும் வருவான்' expresses doubt or possibility, and is equivalent to 'may or may not,' அவன் கொடுத்தாலும் கொடுப்பான். In Vettriverkai : அறத்திடு பிச்சை கூவி இரப்போர், அரசோடிருந்து ஆளினும் ஆளுவார்.

14. In colloquial language, the future participle is often governed by *Nouns*. கடித்தால் தேள், கடிக்காவிட்டால் பிள்ளைப்பூச்சி ; கெட்டாலும் மேன்மக்கள் மேன்மக்களே ; வைத்தாற் குடுமி சிறைத்தால் மொட்டை.

15. Verbal participles derived from Indefinite verbs are few and rare. அன்றி and இன்றி are the chief; their other forms are அல்லது, அல்லாது* அல்லா மல்; இல்லது*, இல்லாது, இல்லாமல்.

16. The Negative forms are obtained by adding to the Root the following terminations : ஆமல், ஆது*, ஆமை*, and ஆமே* : செய்யாமல், நடவாது*, உண் ணாமை*, வராமே*.

In poetry, ஆ alone is often affixed; நடவாநின்றான் for நடவாமல் நின்றான். This form is common to all the tenses; but the compound Participle with the auxiliary இரு has a special form for each tense; thus, செய்யாதிருக்க, செய்யாதிருந்து, செய்யாதிருந்தால்.

செய்தும் is generally used for certainty and செய்தாலும் for doubt.

AUXILIARY VERBS.

A large number of verbs are used as Auxiliaries in Tamil. The following are the most important ones :—

(i.) இரு: (a.) Added to the Past participle, it makes the Perfect, Pluperfect and Future Perfect tenses; படி-த்தி ருக்கிறேன், படி-த்திருந்தேன், படி-த்திருப்பேன்.

(b.) Added to the Indefinite participle, it indicates 'present intention' and has thus the force of 'going' or 'about.' படிக்க-விருக்கிறேன். Also, படிக்கப்போ கிறேன்.

(c.) Special forms of the Participles are obtained by the addition of இரு to the past participle : படித்திரு ந்த, படித்திருக்கிற, படித்திருக்கும் ; படித்திருக்க, படித்திருந்து, படித்திருந்தால்.

(ii.) கொண்டிரு. Progressive forms are obtained by adding this Auxiliary to the past participle: படித்துக் கொண்டிருக்கிறேன்,—இருந்தேன்,—இருப்பேன்.

(iii.) படு added to Indef. part. and உண் to Imperatives form the Passive Voice: அடிக்கப்படுகிறேன்; அடியுண்கிறேன் (lit. I eat beating).

படு is also used as an expletive chiefly in colloquial and idiomatic language: நான் நன்றாய்ச் சாப்பிடப்பட்டவன்; அவன் மீன் விற்கப்பட்டவன்; இங்கே வரப்பட்ட மனிதர்.

(iv.) கொள் indicates (a.) One's own use. எடுத்துக் கொள் (take it for yourself). (b.) Reciprocity. அவர்கள் ஒருவரை ஒருவர் அடித்துக்கொண்டார்கள். (c.) General opinion. மனிதர் இப்படிப் பேசிக்கொள்ளுகிறார்கள்.

(v.) ஆம் contracted from ஆகும்: (a.) Added to Verbal nouns, it shews permission. போகலாம். செய்யலாம். may go; செய்யலாமா? May I do it? (b.) Added to Finite verbs, it shews uncertainty or rumour. செய்தானாம்; வந்தாளாம். The answer 'ஆம்' (yes) is properly a Finite verb with its subject understood.

The verb ஆகு plays an important part in the inflection of verbs and nouns. (a.) The addition of ஆன to nouns makes them Adjectives, and that of ஆய் makes them Adverbs: அழகான காட்சி; அழகாய் நடந்தாள். (b.) The addition of ஆகிலும் to nouns indicates scarcity or non-entity. எங்கேயாகிலும் கண்டதுண்டா? (c.) ஆக்கும் has the force of 'is like'. இது வெகு விலைபெற்றதாக்கும். (d.) ஆயிற்று indicates completion: வீடுகட்டியாயிற்று. (e.) As a Finite verb it is united to Verbal nouns: செய்யலானேன்; சொல்லலாயினன். (f.) ஆனவன், &c., added to Nominatives: சாத்தனானவன்; மாதாவானவள்.

(vi.) கூடும், மாட்டு: shew power or possibility. செய்யக்கூடும் (common to all); செய்யமாட்டுவேன் (rare); negative செய்யக்கூடாது; செய்யமாட்டேன் the first means 'I cannot or may not do,' the second 'I will not do.'

(vii.) வேண்டும்: indicates necessity, entreaty. செய்யவேண்டும்; தாங்கள் வரவேண்டும். Also 'necessary inference:' அப்படிஇருக்கவேண்டும்.

(viii.) அருள்: signifies grace or favour on the part of the agent. திருவாய்மலர்ந்தருளினார்; கொடுத்தருளும்.

(ix.) வா shews progress. படித்துவருகிறேன்: Euphemism. போய்வருகிறேன் (I am going.)

(x.) வை: shews warning or care. எடுத்துவை; தேடிவை.

(xi.) விடு, போ, இடு, variously emphasize their principals: துரத்திவிட்டான் (away); செத்துப்போனான்; in வந்திட்டேன் (இடு is almost an expletive).

(xii.) தா is used as an expletive in poetry, but it is added to the imperative: தொடர்தர=தொடர.

The emphatic form may be nearly expressed by the particle தான். நேசித்துத்தான் வருகிறேன், I *do* love.

Defective Verbs.

The following is a list of Verbs wanting in some of their parts :—

i. Definite Verbs.

ஒ (resemble): ஒக்கும், ஒத்து, ஒவ்வ, ஒப்ப, ஒத்த, ஒப்பு, ஒவ்வான்,—வாள்,—வார்,—வாது,—வா.

போது (be enough): போதும், போதாது, போதாத, போதாமை.

தகு (be fit): தக, தக்க, தகுந்த, தகுதி; தகுவேன், வாய், &c.; தக்கவன், வள், வர், &c; தகேன், &c.; தகாது; தகாத.

வேண்டு (must): வேண்டும், வேண்டிய, வேண்டாம்; வேண்டியவன்,—வள், &c.

மாட்டு (can) மாட்டுவேன், &c.: மாட்டேன், &c.

கட (may): கடவேன், &c.: கூடு (can): கூடும், கூடாத, கூடாது, கூடாமல், கூடிய or கூடின.

ii. Indefinite Verbs.

வேறு (is another): no variation like the English 'must.'

இல் (is not): இல்லேன், லாய், லேம், லீர், &c. இல்ல, இல்லாது, இல்லாமல், இன்றி, இன்று, இல்லது; and இல்லை which is common to all.

அல் (is not): அல்லேன், &c. அல்லை, அல்லாது, அல்லாமல், அல்லது, அன்றி, அன்று; and அல்ல which is common to all.

There is a nice distinction between the uses of இல் and அல்; the former denies the *existence* and the latter the *essential qualities* of an object. இங்கே குதிரை இல்லை, there is no horse here; அது குதிரை அல்ல, that is not a horse. No such distinction can be drawn between 'no' and 'not' in English.

உள் (is): உளன், ளை, ளும், &c.; உள்ள, உள்ளன; and உண்டு which is common to all.

According to the Nannûl வேறு, இல்லை and உண்டு are the three verbs that are common to all the genders and persons.

Verbal and Conjugated Nouns.

1. There are two kinds of Verbal Nouns, those which show action and those which shew gender as well as action—called in Tamil தொழிற்பெயர் and வினையால் அணையும்பெயர், lit. 'action-nouns' and 'nouns depending on verbs.' For the sake of conven-

ence, the former may be termed Verbal Nouns and the latter Conjugated Nouns.

2. I. *Verbal Nouns* :—These are all derived from the Roots of Verbs, but are formed in various ways.

(*a.*) The Root itself is converted into a noun. Thus ; சுருட்டு (which as a root means 'to roll up') is a cigar; பாய் (spring or spread), a mat; அலை (wander), a wave ; and so அடி, அறை, மிதி, சொல்,மொழி, உரை, சா, சுட்டு, &c.

(*b.*) The Root is lengthened. கேடு from கெடு ; பாடு from படு ; நாடு from நடு ; கோள், வீடு, ஈடு, பேறு ; போர் (பொரு—உ dropped).

(*c.*) Sometimes the final consonant in the Root is doubled. Thus எழுத்து from எழுது ; கூற்று from கூறு ; வீச்சு from வீசு ; பாட்டு from பாடு, &c.

(*d.*) By far the largest number are formed by adding certain terminations to the root. The following are the terminations :—தல் or அல் ;—அம் ; ஐ, கை, வை ; கு, பு, உ ; தி, சி, வி ; உள், காடு, பாடு, அரவு, ஆனை, மை, து, அடம்.

Of these தல் is only another form of அல், the த் being a received letter. செயல் or செய்தல். And so கை and வை of ஐ ; கு and பு of உ ; தி, சி and வி of இ.

Examples : தல்—ஓடு-தல் ; படி-த்தல் ; அழி-தல், அழி-த்தல் ; அடை-க்கு-தல் ; கோறல் (கொல்), கோடல் (கொள்).

அல்—வரல், ஓடல் ; செயல் ; ஒழுகல் ; பெறல் ; எடுக்கல்.

அம்—நோக்-கம் ; வருத்தம் (வருந்து) ; திருத்தம் ; விருப்பம் (விரும்பு) ; ஆட்டம் (ஆடு) ; ஒற்கம் (ஒல்கு).

ஐ—இடை (இடு); நடை (நட); வகை, கொலை, தடை; நட-த்-தை (நட); கலை (கல்).

கை—செய்-கை; வரு-கை; நட-க்கை; வேட்-கை; உடு-க்கை.

வை—பார்-வை; வேர்-வை; தீர்-வை.

கு—போ-க்கு, நீ-க்கு; அடு-க்கு; தடு-க்கு.

பு—தோற்-பு, நட்-பு, வெறு-ப்பு, ஆர்-ப்பு.

உ—செலவு (செல். incre. அ), திறவு, உறவு.

தி—மற-தி, விடு-தி, வெற்றி (வெல்); உண்டி.

சி—தேர்-ச்சி, மாட்-சி, மீட்-சி, காட்சி.

வி—கல்-வி, தோல்-வி, கேள்-வி. உள்—செய்யுள்.

காடு—நோ-க்காடு, சா-க்காடு. பாடு—கோட்-பாடு.

அரவு—தேற்ற-ரவு.

ஆனை—வாரானை (வருதல்). மை—வேற்று-மை: தாழ்-மை.

து—ஓது-வது, செய்-வது, செய்-தது. அடம்—கரவடம்.

Of the above twenty terminations, the last eight are very rarely used, but of these மை and து are affixes of a particular class of Verbal Nouns. ஐ has an accusative signification.

3. Although all these particles are said to be terminations of Verbal Nouns, they do not express the same meaning. Verbal Nouns in தல் for the Common and அல் for the Higher dialect are genuine Participial Nouns, for they partake of the nature of both Verbs and Nouns. All the others are chiefly Abstract Nouns derived from Verbs. Tamil grammarians term தல் and அல் and one or two of the others, புடைபெயர்ச்சிவிகுதி—terminations which modify the meaning of the Verb.

For example, செய்தல் is not the same as செய்-கை—for in the sentence நீ அதைச் செய்தல் நல்லது, the Verbal Noun செய்தல் is not only the nominative of நல்லது but it is also the predicate of நீ, and governs அதை in the objective case; nor can செய்கை take its place in the sentence. Another reason is the fact that செய்தல் can be qualified only by an Adverb and செய்கை only by an Adjective. Thus அழகாய்ச்செய்தல்; but அழகான செய்கை. This important distinction is however not very marked in the other affix அல்.

Further Examples: உண்ணால் (eating), உண்டி (food); கொல்லுதல் (killing), கொலை (murder); சாதல் (dying), சாவு (death); நட-த்தல் (walking), நடத்தை (conduct); கொடுத்தல் (giving), கொடை (gift).

4. Verbal Nouns ending in மை and து—of which the former is restricted to the higher dialect—form a separate class by themselves—for they shew *tense* as well as action. Their construction is very simple. The terminations are affixed to Relative participles of every tense. Thus, செய்கிற-து; செய்த-து; செய்வ-து;—செய்த-மை; செய்கின்ற-மை; செய்ப-மை. Negative, செய்யா-மை; or செய்யாதிருத்தல்; or again செய்யாதிருந்தது, செய்யாதிருக்கிறது, செய்யாதிருப்பது.

Even these nouns are declined like the others, but more usually in certain cases only. Thus, செய்கிறது, (1st); செய்கிறதை (2nd); செய்கிறதினால் (3rd.—incre. இன்); செய்கிறதற்கு (4th.—incre. அன்); செய்கிறதில் (5th and 7th). Also செய்கின்றமை, செய்கின்றமையால், or செய்யாமையால் (3rd). And so of the other tenses. These may be called Participial Nouns or காலங்காட்டுந் தொழிற்பெயர்.

Verbal Nouns in கை are most usually construed in the 7th Case and then they denote time. நான்வருகையில், *while* I was coming.

Verbal Nouns in அல் correspond to English Verbal nouns in '*ing*' and Infinitives; the others correspond to Abstract Nouns derived from verbs, such as 'employ-ment,' 'occupation,' 'prosper-ity,' &c.

5. II. Conjugated Nouns.—These nouns shew gender as well as action and time. They are principally formed by adding the terminations of gender to Relative Participles. செய்கிற-வன், செய்த-வன் செய்ப-வன்.

In the last form, there is a difference in the construction; we may also say செய்யுமவன். The other genders are formed in the same manner. Thus, செய்கிற-வள், வர், து, செய்கின்-றன. (அன் incre.) or செய்கின்றவை.

The singular Impersonal செய்கிறது is the same as the Participial noun in து and the Sing. Imp. Finite verb. The following examples illustrate each of these: வருகிறது எது? What is it that comes (Sing. Imp. Conjugated Noun); நீ வருகிறது நல்லது, Your coming is good (Presnet Participial Noun), where வருதல் may be used instead of வருகிறது, though not with equal force; மாடு வருகிறது (Sing. Imp. Finite Verb.)

6. Finite Verbs of the 3rd Person are frequently used as Conjugated Nouns (வினையாலணையும்பெயர்). என் குறை கேட்பார் யாரும் இல்லை. This employment of Verbs is most frequent in poetry, when also the ஆ of the terminations ஆன், ஆள், ஆர் and ஆய் is usually changed into ஓ; as, செய்தோன், காத்தோர், &c.

7. All the above-mentioned Nouns are Definite. There are also Indef. Conj. Nouns (குறிப்புவினையாலணையும் பெயர்) derived from Indef. Participles. Thus, பெரிய-வன்; சிறிய-து; கரிய-ன; நல்ல-வள்.

8. A few Conjug. Nouns are also formed by adding Personal terminations to Roots of Verbs and inserting

peculiar medial particles (பெயர் இடைநிலை). Thus, அறிஞன் = அறி + ஞ் + அன் ; உழுநர் = உழு + ந் + அர் வருந = வரு + ந் + அ ; ஓதுவர் = ஓது + வ் + அர்.

The Passive Voice.

1. As already mentioned, படு and உண் are the signs of the Passive Voice. Thus, அடியுண்டான் ; அடிபட்டான், அடிக்கப்பட்டான்.

Of the two forms in படு, the former is considered more elegant.

2. There is another form of the Passive which in the case of certain verbs is said to be even more elegant than those in படு and உண். A transitive Verb used intransitively may be construed in the Passive Voice. வீடு இடிந்தது (இடிக்கப்பட்டது), கால் ஒடிந்தது ; இம் மாடு நான் கொண்டது, மூக்கு அறுந்தது.

Thus, all the four Passive forms are: வீடு இடிந்தது, இடிபட்டது, இடியுண்டது, இடிக்கப்பட்டது. As a rule classical Tamil avoids all Passive signs. காகிதம் எழுதியிருக்கும் ; ஆபரணம் கழற்றிவைத்திருக்கும் ; இல்வாழ்வான் என்பான் (என்னப்பட்டவன்); வீடுகட்டியாயிற்று ; ஆராதனை முடிந்தது ; புஸ்தகம் அச்சிட்டு வருகின்றது. So in English : 'the book was printing.'

The expletive use of படு in examples like 'நான் நன்றாய்ச் சாப்பிடப்பட்டவன்' shews that படு is not essential to the Passive Voice.

3. Participles may well be without Passive forms : தச்சன்செய்த மேசை is better than தச்சனால்செய்யப்பட்ட மேசை ; and so எழுதினநிருபம் ; சொன்ன காரியம் ; கேட்டசங்கதி.

TABLE OF CONJUGATIONS.

N. B.—The forms given first are those most commonly employed, the others belong chiefly to Poetry.

I. Active Voice.

(a.) *Affirmative Conjugation.*

அடி.—Strike.

Imperative Mood.

Singular.	Plural.
அடி, அடி-யாய்-தி. &c.	அடி-யும், யுங்கள், -மின்.

Optative Mood.

i. Common forms.

அடி-க்க, க்குக- &c., க்கவேண்டும், க்கட்டும்.

ii. Special forms.

Sing.	1st Per.	அடி-ப்பேனாக, அடி-க்கக்கடவேன்.
	2nd Per.	அடி-ப்பாயாக, அடி-க்கக்கடவாய்.
	3rd Per.	*Per.* அடி-ப்பானாக, &c. -க்கக்கடவானாக.
		Imper. அடி-ப்பதாக.
Plur.	1st Per.	அடி-ப்போமாக, -க்கக்கடவோம்.
	2nd Per.	அடி-ப்பீராக, -க்கக்கடவீராக.
	3rd Per.	*Per.* அடி-ப்பராக, -க்கக்கடவாராக
		Imper. அடி-ப்பனவாக, -க்கக்கடவனவாக.

Indicative Mood.

Present Tense.

Sing.	1st Per.	அடி-க்கிறேன், றன், றென்.
	2nd Per.	அடி-க்கிறாய், றை, றி.
	3rd Per.	*mas.* அடி-க்கிறான், கின்றனன்.
		fem. அடி-க்கிறாள், க்கின்றனள்.
		imp. அடி-க்கிறது, கின்றது.

Plur.
- 1st Per. அடி-க்கிறோம், றம், றும், றெம், றேம்.
- 2nd Per. அடி-க்கிறீர், றீர்கள், றிர்.
- 3rd Per. *mas.* / *fem.* அடி-க்கிறார், றார்கள், றர்.
- *imp.* அடி-க்கின்றன, க்கிற.

Past Tense.

Sing.
- 1st Per. அடி-த்தேன், தன், தென்.
- 2nd Per. அடி-த்தாய், தனை, தனி.
- 3rd Per. *mas.* அடி-த்தான், தனன்.
- *fem.* அடி-த்தாள், தனள்.
- *imp.* அடி-த்தது.

Plur.
- 1st Per. அடி-த்தோம், தம், தெம், தாம், தேம்.
- 2nd Per. அடி-த்தீர், தீர்கள், திர் or தனிர்.
- 3rd Per. *mas.* / *fem.* அடி-த்தார், த்தார்கள், தனர்.
- *imp.* அடி-த்தன, த்த.

Future Tense.

Sing.
- 1st Per. அடி-ப்பேன், பன், பென், பல்.
- 2nd Per. அடி-ப்பாய், பை, பி.
- 3rd Per. *mas.* அடி-ப்பான், பன்.
- *fem.* அடி-ப்பாள், பள் or பனள்.
- *imp.* அடி-க்கும், ப்பது.

Plur.
- 1st Per. அடி-ப்போம், பம், பாம், பெம், பேம்.
- 2nd Per. அடி-ப்பீர், பீர்கள், பிர் or பினிர்.
- 3rd Per. *mas.* / *fem.* அடி-ப்பார், ப்பார்கள், பர் or பனர்.
- *imp.* அடி-க்கும், ப்ப, or ப்பன.

Participles.

Relative.	*Verbal.*
Present. அடி-க்கிற	Present. அடி-த்து, யா, &c.
Past..... அடி-த்த	Past..... அடி-க்க (கு incre.)
Future. அடி-க்கும்	Future. அடி-த்தால், க்கின், &c.

VERBAL NOUNS.

i. *Common to all tenses:* அடி-த்தல்.

ii. *Special.*
- Present. அடி-க்கிறது, க்கின்றமை.
- Past..... அடி-த்தது, த்தமை.
- Future. அடி-ப்பது, ப்பமை.

CONJUGATED NOUNS.

i. *From Rel. Part.*
- Pre. அடிக்கிற-வன், வள், &c.
- Past. அடித்த-வன், வள், &c.
- Fut. அடிப்ப-வன், வள், &c.

Also அடிக்கும-வன், வள், &c.

ii. *Finite Verbs.*
- Present. அடிக்கிறா-ன், ள், &c.
- Past..... அடித்தா-ன், ள், &c.
- Future. அடிப்பா-ன், ள், &c.

(*b.*) *Negative Conjugation.*

IMPERATIVE MOOD.

Singular.	Plural.
அடி-க்காதே, யாதே, யல், யேல், &c.	அடி-க்காதேயும், யாதே, யுங்கள், யன்மின், &c.

OPTATIVE MOOD.

i *Common Forms.*

அடி-யற்க, அடி-க்கவேண்டாம்.

ii. *Special Forms.*

1st Per.	அடி-யேனுக.	அடி-யோமாக, &c.
2nd Per.	அடி-யாயாக.	அடி-யீராக, &c.
3rd Per.	அடி-யானுக, &c.	அடி-யாராக, &c.

INDICATIVE MOOD.

(i.) *Common to the three Tenses.*

1st Per.	அடி-யேன்.	அடி-யோம்.
2nd Per.	அடி-யாய்.	அடி-யீர்.
3rd Per.	அடி-யான், &c.	அடி-யார், &c.

(ii.) *Special for each Tense.*

Present.

1st Per. அடி-க்கின்றிலேன், &c. அடி-க்கின்றிலோம்,

2nd Per. அடி-க்கின்றிலாய், &c. அடி-க்கின்றிலீர்;&c.

3rd Per. அடி-க்கின்றிலான், &c. அடி-க்கின்றிலார்,&c.

In Common Tamil, அடி-க்காதிருக்கிறேன், &c.

Past.

1st Per. அடி-த்திலேன், &c. அடி-த்திலோம், &c.

2nd Per. அடி-த்திலாய், &c. அடி-த்திலீர், &c.

3rd Per. அடி-த்திலான், &c. அடி-த்திலார், &c.

In Common Tamil, அடி-க்காதிருந்தேன், &c.

Future.

1st Per. அடி-க்கிலேன், &c. அடி-க்கிலோம், &c.

2nd Per. அடி-க்கிலாய், &c. அடி-க்கிலீர், &c·

3rd Per. அடி-க்கிலான், &c. அடி-க்கிலார், &c.

In Common Tamil, அடி-க்கமாட்டேன், &c.

Participles.

Relative. { Common அடி-யாத, க்காத.
         { Special. { Pre. அடி-க்காதிருக்கிற.
                    { Past. அடி-க்காதிருந்த.
                    { Fut. அடி-க்காதிருக்கும்.

Verbal. { Common அடி-யாமல், க்காமல், யாது.
        { Special. { Pre. அடி-க்காதிருக்க.
                   { Past. அடி-க்காதிருந்து.
                   { Fut. அடி-க்காதிருந்தால்.

Noun forms.

Verbal. { Common அடி-யாமை
        { Special. { Pre. அடி-க்காதிருக்கிறது.
                   { Part. அடி-க்காதிருந்தது.
                   { Fut. அடி-க்காதிருப்பது.

Conjugated.
- Common அடி-யாதவன், க்காதவன்.
- Special.
  - *Pre.* அடி-க்காதிருக்கிறவன்.
  - *Past.* அடி-க்காதிருந்தவன்.
  - *Fut.* அடி-க்காதிருப்பவன்.

All the following Conjugations are based chiefly on the above:

II. PASSIVE.
- *Aff.* அடி-க்கப்படுகிறேன், அடி-யுண்கிறேன், &c.
- *Neg.* அடி-க்கப்படேன், அடி-யுண்ணேன், &c.

III. OBJECTIVE.
- *Aff.* அடி-ப்பிக்கிறேன், அடி-க்கச்செய்கிறேன், &c.
- *Neg.* அடி-ப்பியேன், அடி-க்கச்செய்யேன், &c.

IV. WEAK.
- *Aff.* அறி-கிறேன், ந்தேன்,வேன், &c.
- *Neg.* அறி-யேன், &c.

LIST OF TERMINATIONS

Having two or more grammatical significations.

அ.—(1.) Plural Impersonal, கொடியன, வந்தன.

(2.) Indefinite Participles, செய்ய, வர, அடிக்க.

(3.) Pres. and Past Rel. Participle, வந்த, வருகிற.

(4.) Genitive followed by a plural, தன கைகள்.

(5.) Indef. Rel. Participles, நல்ல, கரிய, சிறிய.

(6.) Polite Imperative, என்ன (என்க).

அல்.—(1.) Verbal Noun, செயல் or செய்(த்)அல்.

(2.) 1st Per. Sing. Future, நடப்பல், உண்பல்.

(3.) Polite Imperative, விடல், கொளல்.

(4.) Negative Imp., படியல் (do not read).

(5.) Increment, தொடையல் (garland).

அன்.—(1.) Increment as Inflectional base, அதன், இதன்.

(2.) Masc. term. of Nouns and Verbs, பொன்னன், செய்தனன்.

(3.) 1st Per. Singular, நடப்பன், செய்வன்.

அம்.—(1.) Per. Plural, நடந்தனம், வருவம்.
(2.) Verbal Noun, ஆட்டம், ஓட்டம்.
(3.) Abstract Noun, நலம்.
(4.) Increment, புளியங்காய், பனம்பழம்.

ஆ.—(1.) Neg. Plural Impersonal, வாரா, நடவா.
(2.) Neg. Rel. Participle, உண்ணாக்குதிரை.
(3.) Neg. Verbal Participle, உண்ணாக்கிடந்தேன்.
(4.) Past Verbal Participle, செய்யா (செய்து).
(5.) Interrogative Particle, வந்தானா? சாத்தனா?

ஆன்.—(1.) Mas. termination, வந்தான், வீட்டான்.
(2.) 3rd Case. Causal, அறத்தான் வருவதே &c.
(3.) Increment, ஒருபான், மூப்பானேழ்.

இ.—(1.) Feminine Noun, பொன்னி, மனைவி.
(2.) Agency or possession, கொல்லி, உலோபி.
(3.) Past Verbal Participle, ஓடி, ஆறி, பேணி.
(4.) 2nd Person Singular, படிக்கின்றி, சென்றி.

இய.—(1.) Optative (வியங்கோள்), வாழிய, காணிய.
(2.) Future Verbal Participle, உண்ணிய.

இல்.—(1.) Sign of the 7th Case, ஊரில் இருந்தான்.
(2.) Sign of the 5th Case, காக்கையில் கரிது களம்பழம்.
(3.) Future Verbal Participle, வரில், எனில், செய்யில்.

இன்.—(1.) Sign of the 5th Case, மலையின்வீழருவி.
(2.) Future Verbal Participle, வரின், செய்யின்.
(3.) Increment, மலையின், ஊரின், காலின்.

உ.—(1.) Past Verbal Participle, நடந்து, செய்து.
(2.) Increment, கூவு, சொல்லு, உரிஞு.
(3.) Verbal Noun, செலவு, வரவு, உறவு.
(4.) Abstract Noun, மழவு (youth).

உம்.—(1.) Plural imperative, வாரும், செய்யும்.
(2.) Future Finite Verb, வரும், செய்யும்.

(3.) Future Rel. Participle, நடக்கும் மனிதன்.
(4.) Past and Fut. Verb Part. of Concession, செய்தும், செய்யினும்.
(5.) Fifth Case of comparison, என்னினும் பெரியவன். (In common Tamil).

ஐ.—(1.) Sign of the Accusative, வீட்டை, மரத்தை.
(2.) 2nd Person Singular, வருகின்றனை, செய்தனை.
(3.) Verbal Noun, ஓடை, நடை, கொலை.
(4.) Abstract Noun, தொல்லை.
(5.) Increment, இன்றை, அன்றை, நாளைக்கு.

கு.—(1.) Sign of the 4th Case, வீட்டுக்கு, எனக்கு.
(2.) Increment, காக்கும், ஆகு, உண்கு.
(3.) Abstract Noun, நன்கு, தீங்கு.
(4.) Causative Verb, போக்கு, ஆக்கு.
(5.) Verbal Noun, போக்கு, பெருக்கு.
(6.) 1st Per. Singular. உண்கு, வருகு.

கை.—(1.) Verbal noun, வருகை, செய்கை.
(2.) Personal Noun, தங்கை, நங்கை.

சி.—(1.) Abstract Noun, மாட்சி.
(2.) Verbal Noun, காட்சி, மீட்சி.

தி.—(1.) Singular Imperative, நடத்தி, விடுதி.
(2.) Verbal Noun, மறதி, விடுதி.

து.—(1.) Sing. Impersonal, செய்தது, நடந்தது.
(2.) Causative Verb, உறுத்து, நடத்து.
(3.) Verbal Noun, வரத்து, நடப்பது, செய்வது.
(4.) 1st Pers. Sing. Past and Fut., வந்து, வருது.

ப.—(1.) Finite Verb. Pl. Per. Past Fut. நடப்ப.
(2.) ப + அ : Plural Imper. Fut. நடப்ப.

பு.—(1.) Abstract Noun, நண்பு, பண்பு.
(2.) Verbal Noun. நட்பு, தோற்பு.
(3.) Verbal Part. செய்பு, உண்பு.

மார்.—(1.) Plur. Personal Verb, கொண்மார், பாடன் மார்.

       (2.) Plur. Personal Noun, தம்பிமார், குருமார்.

மை.—(1.) Abstract Noun, நன்மை, தீமை.

       (2.) Verbal Noun (neg.), நடவாமை, செய்யா மை.

       (3.) Neg. Verbal Part. செய்யாமை (செய்யா மல்).

வி.—(1.) Verbal Noun, தோல்வி, கேள்வி.

       (2.) Causal Imperative, செய்வி, அணிவி.

று.—(1.) Causal Imperative, பயிற்று.

       (2.) Abstract Noun, நன்று.

       (3.) Sing. Impersonal, ஆயிற்று, போயிற்று.

       (4.) Sing. 1st Person, சென்று, சேறு.

ன்.—(1.) Masculine, மகன், தர்மன்.

       (2.) Increment, ஆ(ன்), கோ (ன்).

DERIVATION.

1. Derivation treats of the structure of words.

A word is one or more letters signifying something.

2. As yet we have noticed only one classification of words and that is based on their grammatical usage, *viz.*, Nouns, Verbs, Particles and Qualifying terms. But there are also other classifications based on their Structure, Significance, Usage and Origin.

3. According to their Structure; words are of two kinds, Simple and Compound.

Simple words are the indivisible roots which cannot be reduced to simpler words in the Language. As, நிலம், நீர், கல் (nouns) ; நட, போ, வா (verbs) ; நல், செம், நனி (qualifying words); போல, உம், மற்று, (particles). In Tamil, பகாப்பதம்.

Compound words are derived from those which are Simple and consist at the most of six constituent parts, *viz.*, Root (பகுதி), Termination (விகுதி), Medial particle (இடைநிலை), Sandhi (சந்தி), Increment (சாரியை) and Euphonic change (விகாரம்)*.—In Tamil, பகுபதம்.

4. A compound word may contain from two to six elements. (உறுப்புகள்). Thus,

செய்தல் has two elements : root and term.—செய் + தல்.

படுத்தல் has three: root, sandhi and term.—படு + த் + தல்.

செய்குவான் has four : root, incre., med.-part., and term.—செய் + கு + வ் + ஆன்.

---

* The last—a euphonic change—is not a component part in the strict sense of the term. It is only a change. It is however regarded as a part in a single instance, namely, when a new letter is introduced—as in ப(ட்)டான், செய்யாதான்.

படித்தனன் has five: root, sandhi, med. part., incre.,
and term.—படி + த் + த் + அன் + அன்.

வந்தனன் has six: root, euphonic change, sandhi, med·
part., incre., and term.—வா + த் + த் + அன் + அன்.

5. Simple words may consist of from one to seven letters. ஆ,
ஆனி, அறம், அகலம், அருப்பம், தருப்பணம், உத்தி
ரட்டாதி.

6. The Tamil language is peculiar in having a large num-
ber of monoliteral words of which the Nannúl enume-
rates no less than forty-two important ones, and they
are as follows :—

ஆ (cow), ஈ (fly), ஊ (flesh), ஏ (arrow), ஐ (beauty),
ஒ (flood-gate)... 6

மா (tree), மீ (above), மூ (old age), மே (love), மை
(blackness), மோ (smell)................................. 6

தா (give), தீ (fire), து (eat), தூ (purity), தே (god),
தை (month)... 6

நா (tongue), நீ (thou), நே (love), நை (suffer),
நொ (endure), நோ (pain)............................ 6

பா (verse), பூ (flower), பே (foam), பை (purse),
போ (go)... 5

கா (grove), கூ (earth), கை (hand), கோ (king) 4

வா (come), வீ (death), வே (burn), வை (keep),...... 4

சா (death), சீ (Lakshmi), சே (bull), சோ (grove).. 4

யா (which)... 1

7. Derivative words may consist of from two to nine letters :
கூனி, கூனன், குழையன், பொருப்பன், அம்பலவன்,
அரங்கத்தான், உத்திராடத்தான், உத்திரட்டாதியான்.

14

8. As regards Significance, words are classified into Single (ஒருமொழி), Compound (தொடர் மொழி) and Ambiguous (பொதுமொழி).

Single words have but one meaning, as, நிலம், நீர், நட, நனி. *Compound words*, consisting of two or more single words, have more than one meaning, as, நாற்காலி, பனங்காய், சாலப்பகை. *Ambiguous words* are both Single and Compound. Thus, எட்டு as a single word means 'eight,' or 'reach,' but as a compound of என் and து, it means 'eat என்று.' So தாமரை = the lotus, or the creeping snake (தாவும் மரை). வேங்கை, a tiger, or வேவுங்கை, the burning hand.

The Nannûl also classifies words into Direct (வெளிப்படை) and Indirect (குறிப்பு), according as they express their meanings directly or indirectly.

9. On the ground of Prose Usage, which is itself divided into a Natural and an Appropriate kind, words are accordingly grouped into two classes with three subdivisions for each.

Thus, the three divisions of the Natural class are Grammatical. Apparently grammatical and Corrupt forms,—in Tamil,—இலக்கணமுடையது, இலக்கணப்போலி, and மரூஉ.

Ex. நிலம், மண், கல் (grammatical); முன்றில் for இல்முன், வாயில் for இல்வாய் (apparently grammatical, *i.e.*, Compounds formed contrary to rule and sense and yet considered as correct); and யார் for யாவர், அருமந்த for அருமருந்து அன்ன, இந்த for இ (corruptions of words).

The three divisions of the Appropriate class are Polite usage, Euphemism and Conventionalism. The first expresses politely what is objectionable. கால்கழுவி வருகிறேன் for 'I shall go to stool and come.' The second expresses things in elegant language. துஞ்சினர் (slept) for செத்தார். The third consists of names known only to certain classes of people. சொல்விளம்பி for கள் ; பறி, the goldsmith's convention for 'gold.'

10. As regards the Origin of Tamil words, they may be divided into three classes :—

(i) Pure Tamil, (தமிழ்ச்சொல்) (ii) Provincial (திசைச்சொல்) and (iii) Sanskrit (வடமொழி).*

(i.) There are about 15,000 simple words which have had their origin in the Pure Tamil district (செந்தமிழ்நிலம்). Pure Tamil words are said to be *Natural* (இயற்சொல்) and *Variable* (திரிசொல்). They are Natural if they express their meanings naturally and are intelligible to both the ignorant and learned alike, as மண், கல், மரம். Variable words are either one term for many objects, or many terms for one object. Thus, வாரணம் signifies 'Elephant,' 'conch,' 'fowl' and 'coat of mail,' while கிள்ளை, சுகம் and தத்தை all signify a 'parrot.'

(ii.) *Provincials.* These are words introduced from the 12 Inferior-Tamil districts as well as those belonging to the 16 Foreign districts. Thus, from Inferior Tamil (கொடுந்தமிழ்). பெற்றம்=பசு ; சொன்றி=சோறு ; தள்ளை=தாய் ; அச்சன்=தந்தை ; கையர்=வஞ்சகர் ; கிழார்=தோட்டம் ; பாழி=குளம் ; செய்=வயல் ; எகின்=புளியமரம் ; எலுவன்=தோழன் ; இகுளை=தோழி ; வெள்ளம்=நீர் ; அம்மாஞ்சி=அம்மான் ; செப்பு=சொல்லு. From Foreign languages,—அந்தோ (interjection) ; பாண்டில்=எருது ; கொக்கு=மாமரம்.

These are however few—but a large number of words chiefly in colloquial use have been borrowed from the *Telugu.* The following list embraces nearly the whole of them :—

---

* They are also classified into Colloquial, Poetic and Dramatic Tamil—இயற்றமிழ், இசைத்தமிழ் and நாடகத்தமிழ்.

அங்காடி, அட்டி, அண்டா, அத்து, அபரஞ்சி, ஆசோதை, இரவிக்கை, இரேக்கு, இரகவ, இலச்சை, உக்கிராணம், கடிதம், கஸ்தி, கபோதி, கம்மல், காமாட்டி, காரடம், கிச்சிலி, குண்டா, குதுவை, கெட்டி, கெபி, கெள்ளி (lizard), ஜதை, சாம்பிராணி, சாவடி, சாவி (grain), சித்தை, சில்லறை, சில்லென், சிவிங்கி, சீடு, சுத்தி, (hammer), சுளுவு, செண்டு (nosegay), செத்தை, செந்திரிக்கம், செப்பு, சோலி, டப்பாஸ், டப்பு, டம்பம், டோல், டோலி, டொங்கு, தக்கு (low voice), தடவை, தப்பிதம், தப்பிலி, தரகு, தவடை, தனம் (nature), தொம்பர், போறை, பாட்டை, மக்கம் (loom), மஸ்து, மட்டி, மாலிமி, மேனா, மேட்டிமை, மொக்கை, ராட்டினம், ரேவு, ரோந்தை, லஞ்சம், ரொட்டி, லாடம், லாயம், வயணம், வாடிக்கை, கஷ்டம், கொசுறு, தோம்புரா, பேரம் (bargain), தாதா, தாரனை (price of paddy), தாராளம், துண்டரிக்கம் (cruelty), துரை, தெப்பம், தெப்பல், தொந்தரவு, தோவத்தி, நெகிடி, (fire to warm), நேரம் (fault—as நேரஸ்தன்), நேம்பு, பகட்டு, பண்டகசாலை, பண்ணிகாரம் (cake), பத்தை, பளுவு, பாச்சி (dice), பாபு (title), பால்மாற (lazy), பிகு (tight), புலாக்கு, பில்லை, பெருகு, பொந்து, பொம்மை, போக்கிரி, &c.

11. Mussulman rule has brought with it a small number of words from the Hindustani, Arabic and Persian. Many of these are revenue, political and judicial terms.

From the Hindustani.—அகாடி (before), அசல், அந்தஸ்து, அபின், அலுவா, ஆஜிர் (ready), உசார் (watchful), இராசி (assert, union), லகான், உக்கா, லொட்டி, காடி, கிச்சிடி, குமஸ்தா, குடாக்கு, கும்மட்டம் (paper lantern), குல்லா, கொறடா, கோஜா, சப்ஜா, சமாபந்தி (annual settlement), சமுக்காளம், சராங்கு, சாலக், சிகாரி, சிமிக்கி, சிராய், சுத்தா (together), ஜாத்தி,

ஜோடு, சோட்டா, சோதா, ஜல்தி, சால்வை, தபால்
டங்கா, டப்பாஸ், டவாலி, டாப்பு (list), டீலா
(looseness), ட்டாணு, ட்டீக்கா, ட்டீக்கு, (pride), தாவல்
(proof), தண்டா, தயார் (ready), தர்பார் (durbar), தூ,
(displeasure), துபாஷி (interpreter), துப்பட்டா, தோ
ப்பரு, நபர் (man), நபாப், நபி (prophet), நாலா
(channel), நிகா (sign), நிசார், பஜாரி, பஞ்சாயத், படா
கி (boast), பகுதா, பட்டா, பத்தாய், பாவா, பலம்
போஸ், பக்கா (pukkah), பக்காளி, பங்களா, பங்கா
(punkah), பசந்து, பரப்புசு, பாத்தியா (annual funeral
rites), பைசல் (judgment), பைசா, புலௌ, மாகாணம்,
மியா (estate), மோரு, ரஜா, ருஜு, ரூபாய், லட்
டு, அர்க்கார் (messenger), இஸ்திரி, கபாத்து (capon)
கலாய், குசாமத்தி, கோட்டா, தொப்பி, பாரு, மக
மல் (velvet), பல்லா, சவாப், சவாசு, சவான், சல்லா
லி, &c.

From the Arabic.—ஜப்தி, (sequestration), சால்பசால்
(last year), சிமிட்டா (hair pincers), ஜில்லா, சராப்
(money changer), டபேதார், தர்ஜமா, (translation), தா
லுகா, திவானி, நகதி, நகதா, நகர், பசலி (fusly),
பிஸமிலா (name of god), பியூன், பீகம், (begum), மஸ
னட், மாமூல், முக்தி (agent), முசாபரி (travelling), மு
னிசீப், நிக்கா, தாஜுக், முக்தா, சாவ்கார் (showcar),
மோல்வி, வசூல், வகாலத், அசூர், அஜுமத், ஆசாமி,
அலாக்கு, கஸ்பா (principal village), காசா, ஜாஸ்தி,
&c.

From the Persian.—ஜமீன், ஜமீன்தார், சால்அயிந்தா
(last year), சால்குதஸ்தா (next year), சிந்தகி (life)
சிபாரிசு, சிரஸ்ததார், ஜாலக், ஜமேதார், சுபேதார், சிப்
பாயி, தஸ்தாவேஜு, தல்தா (quire of paper), தஸ்திக்
(summons), தஸ்தூரி, பக்கிரி, பந்தோபஸ்து, பவஸ்
தார், பேஷ், பேஷ்கார் (revenue officer), மாசர்நாமா,

முனிஷி, மேஜை, கோஷா (corn), சுமார் (about), ரஸ்தா, ரவாணு, லங்கர்காணு, கம்பி, காம்பரா, கில்லேதார், &c.

The Portuguese have left traces of their rule and influence in the following few words: குசினி (kitchen) கிராம்பு, சாவி (key), ஜன்னல் (window), டிங்டிங், பாதிரி, லேஞ்சு, கக்குசு, அமார்.

From other languages. பீங்கான், பீப்பா, புதீணு, ஒடுதலான், போகணி, மேஸ்திரி, மேஜோடு (probably a compound of மேல் and ஜோடு); சிலுவை (Syriac), வாத்து, லஸ்கார்.

English words are also gradually incorporated into the Tamil. Examples, ஆக்ட், குளோப், கவர்னர், ஜெனரல், சாப்ட்டன், கோர்ட்டு, ஆபீஸ், ஷேய்ட், கோப்பை, மஸ்லின், ரோஜா, காப்பி, தே(யிலை), ளாட்டர், பட்லர், ஜட்ஜ், பின்னல்கோடு, திரட்டி (treaty), சம்மன், &c.

12. (iii.) *Sanscrit Derivatives.*—More than one-third of the Primary words in the Tamil Language are derived from the Sanscrit.

Dr. Winslow's Dictionary contains 22,214 Primary terms, of which 7,944 are said to be of Sanscrit origin. Thus the proportion of Pure Tamil words to the whole bulk of the Language is very nearly the same as that of the Anglo-Saxon to the English.

" The Sanscrit contained in Tamil may be divided into three portions of different dates introduced by three different parties.

(1.) The most recent portion was introduced by the school of Sankara Acharya, the Apostle of Advaita, or Vedantic Saivism, and by its chief rival, the school of Sri Vaishnava, founded by Ramanuja Acharya. The period of the greatest activity and influence of those sects extended from about the tenth century A.D., to the fifteenth; and the Sanscrit derivatives introduced by the adherents of those systems (with the exception of a few points wherein change was unavoidable) are pure, unchanged Sanscrit.

(2.) The school of writers partly preceding the above and partly contemporaneous with them, by which the largest portion of the Sanscrit derivatives were introduced was that of the Jainas, which flourished from about the eight contury A.D., to the twelfth or thirteenth. This was the period when the Madura College, a celebrated literary association flourished, and when the Cural, the Chintamani, and the classical vocabularies and grammars were written. The Sanscrit derivatives which are employed in their writings are very considerably altered, so as to accord with Tamil euphonic rules. Thus ' loka,' Sans. *the world*, is changed into ' ulagu ;' ' raja,' a *king*, into ' arasu ;' and ' ra,' *night* (an abbreviation of ' ratri,') into ' iravu.'

(3.) In addition to the Sanscrit derivatives now mentioned, the Tamil contains many derivatives belonging to the very earliest period of the literary culture of the language. The derivatives of this class appear to have been borrowed from oral intercourse with the first Brahmanical priests, scholars and astrologers ; and probably remained unwritten for a considerable time. The Jainas altered the Sanscrit which they borrowed in order to bring it into accordance with Tamil euphonic rules ; whereas in the Sanscrit of the period which is now under consideration—the earliest period—the changes that have been introduced are in utter defiance of rule.*

It may also be stated that at the present time a stream of pure, unaltered Sanscrit words is continually flowing into Tamil prose literature.

13. The Sanscrit element in the Tamil is of a two-fold character. One class consists of all the religious, philosophical, scientific and artistic terms, while the other (which is by far the larger) consists of duplicate terms for purely Tamil words. It is not unusual to find even half a dozen duplicates for a single Tamil word. The Tamil therefore is not so deeply indebted to the Sanscrit as the English is to the Latin, for, as Dr. Caldwell remarks, it "can dispense with its Sanscrit altogether, if need be, and not only stand alone but flourish without its aid."†

---

* Dr. Caldwell.—Comparative Dravidian Grammar.

† "All its (Tamil) joints, its whole articulation, its sinews and its ligaments, the great body of articles, pronouns, conjunctions, prepositions, numerals, auxiliary verbs, all smaller words which serve to knit together, and bind the larger into sentences, these, not to speak of the grammatical structure of the language, are exclusively (Tamil.)"—Dr. Trench as quoted and adapted by Dr. Caldwell.

14. The following examples of Sanscrit duplicates may give an idea as to the extent to which the latter element has been introduced into the Language.

It is indeed not often that one meets with ordinary Tamil words which are without their Sanscrit equivalents.

1. Parts of the Body.

Tamil.	*Sanscrit.*	*Tamil.*	*Sanscrit.*
உடல்	சரீரம்	பல்லு	தந்தம்
கழுத்து	கிரீவம்	தலை	சிரசு
நாவு	சிகுவை	கை	கரம்
மயிர்	ரோமம்	தோள்	வாகு
வயிறு	உதரம்	கண்	நேத்திரம்
மார்பு	உரம்	உகிர்	நகம்
நெற்றி	அலிகம்	மூக்கு	நாசிகை
தொடை	ஊரு	கால்	சரணம்
நிணம்	மேதை	நரம்பு	தாது
காது	கரணம்	உதடு	ஓஷ்டம்
விரல்	அங்குலம்	கீழ்உதடு	அதரம்
கதுப்பு*	கன்னம்	மூஞ்சி†	முகம்
எலும்பு	அத்தி	தோல்	சருமம்
செந்நீர்*	இரத்தம்	தசை*	மாமிசம்
கொப்பூழ்	நாபி	மண்டை	கபாலம் &c.

2. Relationship.

தந்தை	பிதா	தாய்	மாதா
அண்ணன்	ஜேஷ்டன்	தம்பி	அநுஜன்
மாமன்	மாதுலன்	தமக்கை	ஜேஷ்டி
மகன்	புத்திரன்	மகள்	புத்திரி
கொழுநன்*	நாயகன்	மனைவி	நாயகி
குழந்தை	சிசு	கேள்*	பந்து, &c.

---

* Not used in Common Tamil.

† Confined to brutes.—Properly speaking the duplicates for அண்ணன் and தமக்கை signify merely 'elders.'

3. Numerals.

Tamil.	*Sanscrit.*	*Tamil.*	*Sanscrit.*
ஒன்று	ஏக	இரண்டு	துவே
மூன்று	திரி	நான்கு	சதுர்
ஐந்து	பஞ்ச	ஆறு	சட்
ஏழு	சத்த	எட்டு	அஷ்ட
ஒன்பது	நவ	பத்து	தசம்
நூறு	சத	ஆயிரம்	சகஸ்ர, &c.

N. B.—These Sanscrit terms are used in Tamil only as Adjectives.

4. Animals and Birds.

அணில்	இலுதை	ஆடு	அயம்
ஆந்தை	பிங்கலை	ஆமை	கூர்மம்
உடும்பு	முசலிகை	எருது	இருஷபம்
எருமை	மகிஷம்	எறும்பு	பிபீலிகை
ஓணான்	சாயனகம்	கரடி	வல்லூகம்
புள்ளரசு*	கருடன்	புலி	சார்த்தூலம்
கவுதாரி	தோரசம்	புழு	கிருமி
கழுதை	கர்த்தபம்	காக்கை	அரிஷ்டம்
காடை	கபிஞ்சலம்	கிளி	கீரம்
கீரி	காத்திரி	குதிரை	அசுவம்
குரங்கு	பிலவங்கம்	கோட்டான்	உலூகம்
கொக்கு	பகம்	கோணாய்	தோண்டான்
கோழி	குக்குடம்	சுறா	மகரம்
தேள்	விருச்சிகம்	ஐங்கண்ணன்*	சிங்கம்
நரி	குரோஷ்டம்	நண்டு	கர்க்கடகம்
நாரை	வண்டாளம்	பன்றி	குரோடம்
பாம்பு	சர்ப்பம்	பூனை	மார்ச்சாலம்
முதலை	சிசுமாரம்	யானை	கயம்
பல்லி	கோகிலம்	மான்	சனகம்
எலி	மூஷிகம்	நாய்	சாரங்கம் &c.

5. Natural Objects.

விண்*	ஆகாயம்	ஏரி	தடாகம்
கல்	சிலை	தோப்பு	வனம்

* Not used in Common Tamil.

Tamil.	*Sanscrit.*	*Tamil.*	*Sanscrit.*
மண்	பூமி	வாழை	கதலி
காடு	ஆரணியம்	மா	ஆம்பிரம்
மலை	பர்வதம்	இலை	பன்னம்
ஆறு	நதி	வேர்	மூலம்
நாடு	தேசம்	இரும்பு	அயம்
நீர்	சலம்	பொன்	சுவர்ணம்
மரம்	விருட்சம்	வெள்ளி	இரசிதம்
பூ	புஷ்பம்	செம்பு	தாமிரம்
பழம்	பலம்	மாலை	அஸ்தமனம்
முகில்*	மேகம்	காலை	உதயம்
நிலம்	தரை	நித்திலம்*	முத்து
தீ	அக்கினி	கரை	தீரம்
மின்னல்	கனருசி	பனி	இமம்
காற்று	மாருதம்	வெப்பம்	காங்கை
இடி	அசனி	தேன்	மகரந்தம்
மழை	வருஷம்	கள்	மது
வெயில்	ஆதபம்	அரிசி	தண்டுலம்
குளிர்ச்சி	சீதளம்	ஒலி	சத்தம்
திங்கள்*	சந்திரன்	வேடன்	கானவன்
ஞாயிறு*	சூரியன்	வெள்ளம்	பிரவாகம்
பகல்	திவா	நெல்	விரீகி
எல்வி*	இராத்திரி	கடல்	சமுத்திரம்
இருள்	அந்தகாரம்	மணி	இரத்தினம்
விலங்கு	மிருகம்	முளரி*	தாமரை
புள்*	பட்சி	உள்ளம்	மனம்
மீன்	மச்சம்	உயிர்	சீவன்
முட்டை	அண்டம்	மணம்	கந்தம்
விண்மீன்*	நட்சத்திரம்	ஒளி	பிரகாசம்
கடவுள்	தெய்வம்	பள்ளம்	அதம்
மக்கள்*	மனுஷர்	பருத்தி	கார்ப்பாசம்
பேய்	பிசாசம்	நிறம்	வர்ணம்
மன்னன்	அரசன்	கிளை	சாகை
தெங்கு	நாரிகேளம்	இப்பி*	சங்கு &c.

* Not used in Common Tamil.

6. Military and Political Terms.

Tamil.	*Sanskrit.*	*Tamil.*	*Sanskrit.*
அமச்சன்	மந்திரி	ஆழி	சக்கரம்
முடி	கிரீடம்	வார்	கச்சம்
அரண்	கோட்டை	தண்டிகை	சிவிகை
படை	சேனை	அவை	சபை
தேர்	இரதம்	ஆலை	யந்தரம்
குடை	சத்திரம்	தொடி	கங்கணம்
வாள்	கட்கம்	நீத்தோன்	முனி
போர்	யுத்தம்	இடுகாடு	மசானம்
வில்	கோதண்டம்	மணம்	விவாகம்
அம்பு	பாணம்	வேள்வி	யாகம்
கொடி	துவசம்	தெரு	வீதி
படைத்தலை	சேனாபதி	மெய்யுளா	கவசம்
கயிறு	பாஸம்	பண்	இராகம்
ஊர்	நகரம்	கழு	சூலம்
ஊர்தி	வாகனம்	கட்டளை	ஆக்கினை, &c.

7. Domestic Terms.

வீடு	கிரகம்	தாழ்வாரம்	ஆரோகணம்
விளக்கு	தீபம்	குடம்	கலசம்
அடுப்பு	உத்தானம்	விறகு	இந்தனம்
உணவு	ஆகாரம்	கதவு	வாரி
சோறு	அசனம்	பால்	ட்சீரம்
குடிப்பு	பானம்	தயிர்	ததி
கலம்	பாத்திரம்	வெண்ணை	நவநீதம்
கட்டில்	மஞ்சம்	மோர்	அரிஷ்டம்
துணி	சேலை	நெய்	கிருதம்
புகை	தூபம்	மருந்து	ஔஷதம்
தூண்	ஸதம்பம்	நோய்	வியாதி
குளிப்பு	ஸ்நானம்	சுவை	ருசி
ஆடை	வஸ்திரம்	முற்றம்	அங்கணம், &c.

8. Qualities and States.

Tamil.	*Sanscrit.*	*Tamil.*	*Sanscrit.*
அச்சம்	பயம்	சிவப்பு	சிந்தூரம்
அடக்கம்	சங்கோசம்	சினம்	கோபம்
புதுமை	அற்புதம்	விரைவு	சீக்கிரம்
அழிவு	சஷ்டிப்பு	ஆக்கம்	திரவியம்
அறிவு	புத்தி	சோம்பல்	ஆலசியம்
நுகர்ச்சி	போகம்	அணைவு	ஆலிங்கனம்
அன்பு	பாசம்	நோன்பு	விரதம்
விருப்பு	ஆசை	வெறுப்பு	அரதி
இகழ்ச்சி	நிந்தை	அதிர்ச்சி	கம்பிதம்
இளமை	பாலியம்	நீளம்	தீர்க்கம்
இனிமை	மதுரம்	பகை	விரோதம்
இன்பம்	சுகம்	பருமை	பீனம்
சுவை	இரசம்	பழி	அபராதம்
தெளிவு	விசிதம்	பழமை	பூர்வம்
ஊறு	பரிசம்	புதுமை	நவம்
ஒழுக்கம்	ஆசாரம்	பொய்	அபத்தம்
வெண்மை	அரிணம்	மெய்	சத்தியம்
கலக்கம்	பிரமம்	பொழுது	பருவம்
கறுப்பு	அஞ்சனம்	பச்சை	மரகதம்
அருள்	கிருபை	மூப்பு	விருத்தம்
இயல்பு	குணம்	வருத்தம்	ஆகுலம்
குள்ளம்	வாமம்	துயரம்	துக்கம்
கூர்மை	நிசிதம்	வலி	சக்தி
கேடு	சேதம்	நஞ்சு	விஷம்
கொடுமை	உக்கிரம்	தூக்கம்	நித்திரை
ஐயம்	சந்தேகம்	விரிவு	விசாலம் &c.

9. Actions, &c.

அசைவு	உலோலம்	புசித்தல்	போசனம்
அறுத்தல்	சேதித்தல்	பொறுத்தல்	சகித்தல்
கடைதல்	மதனம்	தொடக்கம்	ஆதி
கொலை	அத்தி	வளைவு	குடிலம்

Tamil.	*Sanscrit.*	*Tamil.*	*Sanscrit.*
நட்பு	சினேகம்	விளையாட்டு	லீலை
தடுத்தல்	வாரணம்	அழுதல்	உரோதனம்
பிறப்பு	ஜனனம்	உயிர்ப்பு	சுவாசம்
பொருந்தல்	அஞ்சிதம்	களவு	சோரம்
மிகுதல்	வீக்கம்	சாவு	மரணம்
முயற்சி	உத்யோகம்	தங்கல்	வதிதல்
விடுத்தல்	நிவாரணம்	பார்வை	தரிசனம்
அழித்தல்	சட்டித்தல்	புதைத்தல்	சேமித்தல்
இறங்கல்	அவரோதனம்	மலர்தல்	விகசம்
கலப்பு	சங்கீரணம்	முடிவு	அந்தம்
சாதல்	தபுதல்	வாசித்தல்	அத்தியயனம்
செய்தல்	சமைத்தல்	தேர்ச்சி	விர்த்தி, &c.

15. There are two ways in which Sanscrit words are introduced into Tamil. They are sometimes employed without any change, as in the examples அமல(ம்), கமல(ம்), காரண(ம்), in which case they are called தற்சமம், '*the same.*' But more frequently they are made to undergo certain changes in order to correspond to the rules of Tamil euphony and then they are called தற்பவம் '*similar.*'

The rules for these changes are enumerated in Sutrams 20, 21 and 22 of the 2nd Chapter of the Nannûl, but as the words introduced in the present day are chiefly of the தற்சமம் kind, these rules need not be enumerated here.

A few examples however will shew the nature of the changes that have been made: ருஷி=இருடி, காம:=காமன்; நாஹ:=நாகம்; மாலா=மாலை; சஜம்=கயம், மாஸ:=மாசம்; ஹரி=அரி; க்ஷீர:=கீரம்; த்யாக=தியாகம்; வ்யபிசார=விபசாரம்; புண்யம்=புண்ணியம்; யம=இயமன்; அர்க=அருக்கன்;

வாக்=வாக்கு; அப்=அப்பு; அத்புதம்=அற்புதம்; ஸ்தானம்=தானம்; ஆத்மா=ஆன்மா or ஆத்துமா; சப்தம்=சத்தம்; ரூபம்=உரு, உருவம், &c.

16. On account of these changes, Tamil and Sanscrit words not unusually happen to be spelt alike. Thus அச்சதம் is mixture of rice, &c., (Tam.), permanency (Sans.); so அரி=sheaf, Vishnu; அல்=night, consonants; அன்னம்=swan, rice; ஆணி=excellence, nail; ஆதி=prepared arsenic, source; இலிங்கம்=vermilion, symbol; எச்சம்=defect, sacrifice; கயம்=tank, elephant; காமன்=beetle, Cupid; தம்பி=brother, cheek; தரா=metal, the earth; தரு=time, tree; திக்கு=stammer, direction; தே=calling to animal, god; நத்தம்=conch, night; நவம்=cloudy season, nine or new; பத்தன்=goldsmith, pious man; பாடம்=pressure, reading; பகுதி=portion, root; பரி=burden, intensity; பார்=see, earth; பாலை=arid land, child; பிதிர்=separate, manes; பூ=flower, earth; மா=flour, great; மாடு=bull or cow, greatness; வயம்=strength, in favour of, &c.

Many Sanscrit derivatives are now in common every day use, the corresponding ones of purely Tamil origin having become obsolete or only fit for poetry or classical use. Examples: முகம், நகம், வஸ்திரம், மனிதன், ஸ்திரி, வஸ்து, தெய்வம், பசு, மிருகம், மனம், அரண், சூரியன், சந்திரன், நட்சத்திரம், வாரம், தினம், மாதம், வருஷம், புருஷன், சக்கரம், சிங்கம், ஆராதனை, பலி, வஸ்திரம், தேதி, சலம், சனம், இராசன், மந்திரி, புஸ்தகம், கலியாணம், &c. &c.

PREFIXES—உபசர்க்கங்கள்.

17. It is indeed singular that while all the *affixes* are Tamil, almost all the *prefixes* are of Sanscrit origin. They may be classified according to their meanings:

(i.) *Negation.*

அ.—அசுத்தம், அநியாயம், அநீதி, அசரீரி, அரூபி.

அந்.—அநகம், அநந்தம், அநர்த்தம், அநாதன், அநருகம்; அனேகம்.

அப.—அபசெயம், அபரூபம். Also *inferiority, separation;* அபகாரி, அபசாரி, அபகீர்த்தி.

அவ.—(Another form of அப); அவபக்தி, அவமதிப்பு, அவகேடு, அவலட்சணம்.

அநா.—(அந் + ஆ *before*): அநாரதம் (always), அநாவிருஷ்டி (drought).

ந.—நபட்சணம், நபுஞ்சகம்; also *good*: நக்கீரன்.

நி.—நிகர்வம், நிக்கிரகம்; *fulness and certainty:* நிதரிசனம், நிகற்பம், நிசாதனம், நிபந்தனம்.

நிஷ்.—நிஷ்கபடம், நிஷ்களங்கம், நிஷ்பலம்.

நிர் or நிரு.—நிரந்தரம், நிருமான், நிர்த்தூளி; *fulness,* நிர்மூடம்.

கு.—*bad,* குதர்க்கம்; *unfairness;* குயுக்தி, குரூபம், குரத்தம்.

(ii.) *Goodness.*

ஆ.—ஆசாரம், ஆமோதம்; *as far as:* ஆகன்னம், ஆசட்சு (eye), ஆசமனம்.

சு.—சுகருமம், சகுணன், சுவிசேஷம், சுதினம்.

சன்.—சன்மானம், சத்புருஷன், சற்பாத்திரம் (good-man), சற்குரு.

சுப.—சுபகதி, சுபகாலம், சுபக்ஷேமம், சுபாசுபம் (good and ill news.)

(iii.) *Intensity.*

அதி.—அதிகதை, அதிகாசம், (horse-laugh), அதிகாலை, அதிமதுரம். Also *superiority;* அதிகதம் (inaccessible), அதிவேதனம்.

அபி.—அபிதாபம், அபிமானம், அபிவிருத்தி.

பரி.—பரிகரிப்பு, பரிசுத்தம், பரிச்சேதம்.

(iv.) *Conjunction, &c.*

சம்.—சம்போகம், சம்பந்தம் ; *fulness :* சம்பூரண ம், சம்வற்சரம்.

அநு or அனு.—அநுகூலம், அநுநாதம், (echo), அ நுசன் (தம்பி).

ச.—சகலன், சவிநயம், சபலம்.

உப.—*secondary :* உபாதை, உபகரணம், உபநதி, உபசாரம்.

பிர.—*exceeding, appearance :*—பிரகரணம், பிரகாச ம், பிரசித்தம்.

பிரதி.—*Instead of :* also பிரத்தி : பிரதிநிதி ; *opposite* பிரதிகூலம், பிரதிவாதி, பிரத்தியேகம், பிர த்தியட்சம், பிரத்தியுதவி.

பரா or பர.—*Different :* பரசொத்து ; *divine :* பரம ண்டலம் ; *foreign :* பரதேசம் ; *adverse :* பர பட்சம் ; பராதீனம்.

அதோ.—அதோகதி, அதோமுகம், அதோவாயு.

DERIVATION OF THE PARTS OF SPEECH.

1. Nouns.

A very large number of nouns are Primary (இடு குறி) : நிலம், நீர், மரம், பனை, கல்.

The Derivative Nouns are variously derived.

(1.) *From Primary Nouns.* **By adding affixes. Thus, மரம்=மரத்தான் ; மூக்கன், மூக்கி from மூக்கு ; நக ரத்தார் from நகரம், &c.**

Sanscrit nouns in ம், drop it and insert வ். Thus, தர் மம், தர்மவான் ; பாக்கியம், பாக்கியவான், &c.

Some Sanscrit nouns in ம், drop it and change the preceding vowel into இ : கோபம், கோபி ; ஞானம், ஞானி, &c.

Ohers' insert ம் : புத்தி, புத்திமான் ; சோமான்.

To Tamil nouns in ம், after ம் is dropped, காரன் is added for the masculine and காரி for the feminine, to signify 'agent :' ஊழியக்காரன் ; கடைக்காரி ; வேலைக்காரன். &c.

Others add ஆளி (*rule, possessor*) : கடனாளி, முதலாளி, எதிராளி.

A few add சாலி (*one full of*) : புத்திசாலி, தர்மசாலி ; (தாரி) : விடதாரி, லிங்கதாரி.

Increments are largely employed in High Tamil : நடையினன் ; வில்லினர்.

(2.) *From Numerals :* ஒருவன், ஒருத்தி ; மூவர், நால்வர், பதின்மர் (high Tamil), ஒவ்வொருவர், &c.

(3.) *From Demonstratives :* அவள், இவள் ; அன்னாள், இன்னாள், அனையன், &c.

(4.) *From Interrogatives :* எவன், எவர், எவை, யாவை, யாது, ஏது, &c.

(5.) *From Particles :* மற்றவன், பிறர், மன்னு (மன்) அன்னவன், &c.

(6.) *From Qualifying words :* சிலர், பலர்; சான்றோர்; மேலோர், &c.

(7.) *From Pronouns :* தமன், நமள், நுமர், நுந்தை, &c.

(8.) *From Verbs :* அறிஞன் (ஞ் medial particle) ; உழுநர் (ந்) ; ஓதுவன் (வ்), &c.

(6.) *From Proper Nouns :* அகத்தியம் (அகத்தியன்) ; தொல்காப்பியம் (தொல்காப்பியன்), &c.

The Abstract Nouns called in Tamil பண்புப்பெயர் are considered as primitive indivisible words. But they are really formed from obsolete roots by the addition of the following terminations:

மை: the chief abstract ending, corresponding to the English 'ness'.—செம்மை, சிறுமை, பெருமை, நன்மை, தீமை, &c.

ஐ: தொல்லை; சி: மாட்சி; பு: நண்பு, பண்பு, அன்பு, தென்பு; உ: மழவு, உழவு; கு: நன்கு, தீங்கு; றி: நன்றி; று: நன்று; அம்: நலம்; நர்: நன்னர். Also தனம்: திருட்டுத்தனம், முரட்டுத்தனம்.

When joined to other nouns, all these terminations are dropped. Thus, நல்வீடு, செவ்வாடு (செம்மை); மழகளிறு (young elephant); தீச்சொல், &c.

Some Abstract nouns in மை undergo peculiar changes. வெறுமை+இலை=வெற்றிலை; செம்மை+ஆம்பல் =சேதாம்பல் (red lotus); பசமை+புல்=பசும்புல் or பைம்புல் (green grass); கருமை+கோழி=கருங்கோழி; பசுமை+நிலம்=பாசிநிலம், &c.

The Tamil is destitute of diminutive forms.

Of the Verbal Nouns, as already pointed out, with the exception of those ending in தல் and அல், and மை and து, all the others are Abstract Nouns. Of these affixes, இ shews 'agent.' கொல்லி, ஊரி, &c. ஐ and அம் shew 'object.' கொடை, ஆக்கம்; கை+இல் denotes time, செய்கையில் (while doing); து+கு denotes purpose, செய்கிறதற்கு (அன் incre.)

Nouns are also otherwise formed: ஆழி from ஆழம்; பறவை (பற); வேட்டை (வேண்); தோழி (தோழமை), &c.

2. VERBS.

The greater part of Verbs are primary: நட, வா, மடி, சீ, விடு, போ, வே, வை, கூ, &c.

Sanscrit Nouns in ம் become verbs by changing the penultimate vowel into இ : தியானம் becomes தியானி ; so, தோத்திரி, பிரசங்கி, வசனி, ஜெபி, &c. சுத்திகரி from சுத்தம்.

Many nouns are changed into verbs by the addition of படு or ஆகு : ஸ்திரப்படு, குணப்படு, வறுமைப்படு ; சுத்தமாகு, குணமாகு, வெண்மையாகு. In classical Tamil உறு is also added : விசனமுறு, கேள்வியுறு, &c.

3. QUALIFYING WORDS.

The derivation of these and of Particles has been treated of under Classification.

The addition of ஆன to nouns makes them Adjectives, and the addition of ஆய் makes them Adverbs. Thus; அழகான மனிதன், அழகாய் நடந்தான். உள்ள is also an Adj. term.—பிரியமுள்ள, பலமுள்ள (possessing).

Some nouns in ம் merely drop it and become Adjectives : சுத்தசலம், ஞானபோசனம்.

Sometimes no change is made : குளிர்காற்று, மழைக்காலம். Abstract Nouns become Adjectives. Thus, பெருமை becomes பெரிய or பெரும் ; நல்ல from நன்மை புது from புதுமை. Tamil Grammarians call these குறிப்புப்பெயரொச்சம். A soft penultimate is changed into a hard one : இரும்பு (noun), இருப்பு (adj.) ; மருந்து, மருத்து, &c. இருப்புக்கோல், மருத்துப்பை.

SYNTAX.—தொடரியல்.

The third part of Tamil Grammar treats of the Combination of words with one another and of the Structure, Laws and Analysis of Sentences.

PART I.—COMBINATIONS.

1. A certain relation exists between *every two consecutive* words in a sentence. This relation is called சந்தி (meeting), or புணர்ச்சி (union).

Thus in the first aphorism of Avvai,—அறஞ்செயவிரும்பு,—அறஞ்செய is one relation and செயவிரும்பு another. It is owing to this combination of words with one another that each line in Native treatises and poems looks like one long word, and the correct separation of words depends chiefly on a correct understanding of the Laws of Combination.

Ex. மாணிறத்தான்
முன்னப்புட்டோன்று முளரித்தலைவைகு
மன்னப்புட்டோன்றிற்றேயாங்கு, which when separated becomes,

மாண் நிறத்தான்முன், அப்புள் தோன்றும் முளரித் தலை வைகும் அன்னப்புள் தோன்றிற்றே ஆங்கு.

2. In each pair of words, the first word is termed நிலைமொழி (standing word) and the second வருமொழி (coming word). In அறஞ்செய, செய is வருமொழி, while in செயவிரும்பு, it is நிலைமொழி.

3. Combination includes two things—first, the kind of relation that exists between the two words, and 2ndly the manner in which the initial letter of the 2nd word (வருமொழிமுதல்) combines with the final letter of the first word (நிலைமொழியீறு). The first may be termed *Combination of Words* (சந்தி) and the second

Combination of Letters (புணர்ச்சி). Thus two things require to be noticed in every pair of words,—சந்தி and புணர்ச்சி.

I. Combination of Words.—சந்தி.

4. Combination of Words is of two kinds,—Casual (வேற்றுமை) and Incasual (அல்வழி). This distinction is based solely on the grammatical significance of the 1st *word* (நிலைமொழி). If the 1st word is a Noun in the 2nd, 3rd, 4th, 5th, 6th, or 7th Case, whether the sign is expressed or understood, the combination is said to be *Casual*; but if it is a Noun in the 1st or 8th Case, or any other Part of speech, the combination is *Incasual* (அல்வழி or வேற்றுமை அல்லாதவழி).

5. Casual combination is of six kinds according to the number of cases involved. Thus,

	Elliptical. (தொகைநிலை.)		*Un-elliptical.* (தொகாநிலை.)
1.	வீடுகட்டினான்	2nd Case.	வீட்டைக்கட்டினான்.
2.	கல் எறிந்தான்	3rd ,,	கல்லால் எறிந்தான்.
3.	கொற்றன்மகன்	4th ,,	கொற்றனுக்குமகன்.
4.	மலைவீழருவி	5th ,,	மலையின்வீழருவி.
5.	சாத்தன்தலை	6th ,,	சாத்தனது தலை.
6.	மணி ஒளி	7th ,,	மணியின்கண் ஒளி.

6. There are fourteen kinds of Incasual combination (அல்வழி), of which five are elliptical (தொகை) and nine un-elliptical (தொடர்), and each of these is named after the first word (நிலைமொழி) in each combination.

The five தொகை are as follows :—(1.) The Verbal, in which the first word is an Imperative used as an Adjective; (2.) The Adjectival, in which it is a *noun* used as an Adjective; (3.) The Comparative, in which a sign of comparison is understood; (4.) The Cumulative in which the Conjunctive particle உம் is understood

and (5.) the Metonymical in which in addition to any of the above four ellipses, there is always something understood even *after* the 2nd word (வருமொழி).

Tamil names and Examples of the 5 Ellipses.

Name.	*Example.*	*Ellipses.*
1. வினைத்தொகை :	கூவுகோழி	கிற, இன or உம்.
2. பண்புத்தொகை :	கருங்குதிரை	(மை) ஆகிய.
3. உவமைத்தொகை :	மதிமுகம்	போன்ற.
4. உம்மைத்தொகை :	இராப்பகல்	உம்.
5. அன்மொழித்தொகை :	பைந்தொடி	ஆகிய :—ஐ : உடையவளே.

There is a species of பண்புத்தொகை in which two nouns come together signifying the same thing which is called இருபெயரொட்டுப்பண்புத்தொகை. Thus, சாரைப்பாம்பு. More frequently it is a combination of Species and Genus.

The nine தொடர் are those combinations in which the 1st word is a Nominative, Vocative, Relative Part., Verbal Part., Verb-predicate (தெரிநிலைவினைமுற்று), Noun-predicate (குறிப்பு), Particle, Qualifying word or a mere repetition of the 2nd word.

Examples of the 9 தொடர்.

1. எழுவாய்த்தொடர் :	சாத்தன்வந்தான்.
2. விளித்தொடர் :	சாத்தா வா.
3. பெயரெச்சத்தொடர் :	வந்த சாத்தன்.
4. வினையெச்சத்தொடர் :	வந்துபோனான்.
5. வினைமுற்றுத்தொடர் :	வாந்தான் சாத்தன்.
6. குறிப்புமுற்றுத்தொடர்:	நல்லன் சாத்தன்.
7. இடைத்தொடர் :	மற்றுவழி.
8. உரித்தொடர் :	நனித்தின்றான்.
9. அடுக்குத்தொடர் :	பாம்புபாம்பு; பளபள.

Repetition takes place (1.) for emphasis, &c. பாம்பு பாம்பு! and (2.) for completeness பளபள, சலசல. The latter kind is called இரட்டைக்கிளவி—double words.

The above-mentioned six Casual and fourteen Incasual combinations represent every relation that may possibly exist between any two words in a sentence. Generally, the first word has its relation comprehended in the second—this is called தழுவுதொடர், direct or proximate combination. Sometimes however the 1st word is related not to the 2nd but to some other word and then it is called தழாத்தொடர்—indirect or remote combination. Ex. In மண் எடுத்தான், the 1st word is directly connected with the 2nd; but in மண்குடம், the 1st word is related not to குடம் but to செய்த which is understood;—thus மண்ணாற்செய்த குடம். The related word may not be understood, but it may be, as it often is, far away from the 1st. Thus, சுரையாழ அம்மி மிதப்ப &c.

The knowledge of these twenty relations is the best guide to parsing and the correct application of the rules relating to the Combination of letters (புணர்ச்சி) which is based upon the Combination of words (சந்தி).

II. Combination of Letters.—புணர்ச்சி.

1. By combination of letters is meant the manner in which the *final* letter of the 1st and the *initial* letter of the 2nd word combine with each other.

Corresponding to this, there is nothing in the English language. In construing a Tamil verse, the first thing to be done is to separate the individual words—and this is most usually a very difficult task—but this is never the case with an English verse. For instance, the compound கண்ணாடி may be separated in four different ways. It must however be remarked that the laws of combination are merely accommodations to the great law of euphony.

2. Combination of letters is of two kinds, Natural and Mutational. It is natural, if no changes take place in the union of the final and initial letters: as in பொன் + மணி = பொன்மணி. This is இயல்புப் புணர்ச்சி. But if any changes are made, it is termed mutational or விகாரப்புணர்ச்சி.

3. These changes are of three kinds, viz.,—

I. Insertion (தோன்றல்) : Ex. வாழை(ப்)பழம்.
II. Transmutation (திரிதல்) : வில் + தல் = விற்றல்,
III. Omission (கெடுதல்) : மரம்வேர் = மரவேர்.

In the 1st a new letter is inserted ; in the 2nd one letter is changed into another ; in the 3rd an existing letter is dropped.

In Sanscrit, these changes are termed respectively ஆகமம், ஆதேசம் and உலோபம்.

4. In the same union, not only one, but two and even three changes may take place.

a. மரம் + கொம்பு = மர + கொம்பு = மரக்கொம்பு (two changes).

b. பனை + காய் = பன் + காய் = பனம்காய் = பனங்காய் (three changes).

5. Combination of letters may be divided into four classes :

(1.) Vowel-finals with Vowel-initials : பல அறிவு.
(2.) Vowel-finals with Consonant-initials : பல கலை.
(3.) Cons.-finals with Vowel-initials : மண் அணை.
(4.) Cons.-finals with Cons.-initials : மண் குடம்.

Before taking up each of these combinations separately' we shall give a few general rules.*

I. After any of the twenty-four finals,† the five (soft and medial) consonants, viz., ஞ, ந, ம, ய, and வ, remain unchanged.

Ex. விளஞான்றது, விளநீண்டது &c ; விளஞாற்சி, விளநீட்சி, &c.—in both casual and incasual combinations.

Exceptions. (*a.*) ஞ, ந, and ம are doubled after ய் preceded by a single short vowel; after ஐ used by itself, and after the verbs நொ and து. Ex. மெய்ஞ்ஞான்றது ; கைந்நீட்சி; நொஞ்ஞெள்ளா; தும்மாடா.

* *N. B.*—Whenever a particular 'Combination of Words' (சந்தி) is not specified, the Rule is applicable to both.

† See above—Orthography Finals, p. 22.

(b.) ந is changed after the finals ண, ள, ன, ல : கண் + நன்று = கண்ணன்று, &c. (See below—Cons. with Cons.) The following combinations also come under this Rule : நொ(ய்)யவனு; ந(ம்)முன் ; க(வ்)வாம்,&c.

II. The consonant-finals of Personal (உயர்திணை) and Common-Class Nouns (பொதுப்பெயர்) undergo no change before the Hard initials (க, ச, த, and ப.)

Ex. *Common Class :* சாத்தன்குறிது ; சாத்தன் கண் ; and so with the other initials ச, த, ப.

Personal : அவன்தலை; அவன்பெரியன், சிறியன், &c.

Verbs having Personal terminations also come under this rule. வந்தான் சாத்தன் ; உண்டாள் குமரி.

III. The Hard initials remain unchanged when preceded by Personal and Common-Class Nouns ending in vowels and in ய் and ர்.

Ex. சாத்தி குறிது not சாத்தி(க்)குறிது ; தாய்தலை ; அவர் செவி, &c.

There are a few exceptions in Personals. As, கபிலன் + பரணர் = கபிலபரணர் (final ன் dropped) : பிரமன் + கோட்டம் = பிரம(க்) கோட்டம்.

IV. The Hard initials undergo no change when preceded by the following :—(i.) Final Interrogatives : நம்பியாகொண்டான் ? நம்பியாபோனுன் ? (ii.) Interrogtive noun யா : யாகுறியன ? (iii.) Vocatives ஐயா போ.(iv.) Verbs of the 2nd Person and Imperatives ending in vowels and in ய், ர் and ழ் : உண்டனை கொற்றா ; உண்டாய் சாத்தா ; வாழ்பூதா.—விடு கொற்றா ; வா சாத்தா.

Exception to (iv.) In some instances both forms are admissible. நடகொற்றா or நடக்கொற்றா.

V. As a rule, combinations involving வினைத்தொகை are natural : விரிகதிர், வருபுனல், நிறைகுளம்,&c.

I. Combination of Vowels with Vowels.

I. Final இ, ஈ and ஐ insert ய் between themselves and the initial vowel: மணி+அழகு=மணியழகு; தீ+அனல்=தீயனல்; பனை+ஓலை=பனையோலை.

II. Final ஏ inserts ய் or வ் according as whichever is more euphonic: சே+அகம்=சேயகம்; but சே+ஏறி=சேவேறி.

III. Final அ, ஆ, integral உ, ஊ, ஒ, ஓ and ஔ insert வ்: விளவழகிது; பலாவரிது; கடுவழகிது (not invariable); பூவணை, நொவ்வழகிது (rare); கோவழகு; கௌவழகு.

எ is a final only in Vowel-prolongations: சேஎ வடைந்தது. Excep. உண்டேஎ யிகல்.

Occasionally even integral உ is dropped. Thus, அறிவு +அரிது=அறிவ்+அரிது=அறிவரிது; அது+ஐ=அதை.

The inserted letters ய் and வ் are termed உடம்படு மெய், *i.e.*, servile or sympathising consonants.

Exceptions. மா+இரு=மாயிரு not மாவிரு; போ+இன்+ஆன் = போயினன்; so ஆயினன், கோயில். செல்+உழி=செல்வுழி (வ்); உற்ற+உழி=உற்றுழி (அ dropped).

IV. After the interrogative எ and the demonstratives அ, இ and உ,—வ் is inserted and doubled: as, எ+அணி=எவ்வணி; அ+ஆடு=அவ்வாடு; இ+உடம்பு=இவ்வுடம்பு; உ+ஆடை=உவ்வாடை.

When அ is lengthened in poetry, ய் is inserted instead of வ். ஆ+இடை=ஆயிடை (in that place.)

V. Short உ is always dropped. காடு+அரிது=காடரிது; நாகு+அருமை=நாகருமை.

When the short உ is on ட் and ற், these consonants are doubled most commonly in Casual and but rarely in Incasual combination.

Casual. { ஆறு + ஓட்டம் = ஆற்றோட்டம் (உ dropped and ற் doubled). மாடு + அருமை = மாட்டருமை (உ dropped and ட் doubled).

Exception. காடு + அகம் = காடகம், not காட்டகம்.

Incas. காடு + அரண் = காட்டரண் (காடாகிய அரண்).

In one or two instances, the உ is not dropped: அழைப்பது + ஏ = அழைப்பதுவே; so எழுது + அ + து = எழுதுவது; ஒடுவது.

II. Vowels with Consonants.

I. All initial consonants except ய் are doubled after the interrogative எ and the three demonstratives அ, இ and உ. அ(ம்)மனிதன்; இ(ம்)மாடு; இ(க்)காடு; உ(ந்)நிலம்.

When the initial is ய், வ் is inserted: அ(வ்)யானை; எ(வ்)யுகம்.

II. Short உ is changed into இ before an initial ய்: கொக்கு + யாது = கொக்கியாது?

Integral உ follows the same rule sometimes: கதவு + யாது = கதவியாது?

Fundamental Rule.

III. In all instances except those which are specified below, the Hard initials are largely doubled after vowel finals.

ஆடூஉ (க்) கை; இந்த (ப்) படம்; ஆட (ச்) சொன்னான்; ஆடி (க்) கொண்டான்; சால (ப்) பகைத்தான்; பூத்து (க்) காய்த்து; என்னை (க்) கேட்டான்

(2nd Case); எனக்கு (த்) தந்தான் (4th Case); மற்றை (ச்) சாதி (particle); கடி (க்) கமலம் (qualifying word); கங்கை (ச்) சடை (Sanscrit).

Exceptions not included in the special Exceptions given below:

எரிகளை, குழந்தைகை, குழவிகாது, மலேகிழவோன், கூப்புகரம், ஈட்டுதனம், நாட்டுபுகழ்.

The rule is to double the hard initial if the combination is not one of the special exceptions.

A general exception: after names of trees, the hard initial usually takes a kindred soft letter. Ex. விள(ங்) காய்; மா (ம்) பழம்; மா (ந்) தோல்; also பலா(க்) காய்.

Special Exceptions to Rule III.

(1.) *Final* அ: The Hard initials are not doubled after the following words ending in அ:—

(*a*.) Verbal Participles of the form செய்பிய: உண்ணியகொண்டான்; (*b*.) Rel. Participles, present and past: வந்த குதிரை; வருகிற பிள்ளை; (*c*.) Finite Verbs: வந்தன குதிரைகள், கரியன யானைகள்; . (*d*.) Plural sign of the 6th Case: தனகைகள்; (*e*.) Plural Impersonals: பலகுதிரைகள்; and (*f*.) The Particle அம்ம: அம்ம கொற்று.

The following also come under this rule அம்ம(க்)கொற்று; குணகடல், குடகடல், வடகடல்.

(*b*.) வாழியகொற்று may also be written வாழிகொற்று; and சாவக்குத்தினன், சாக்குத்தினன்.

(*c*.) பலபல=பலப்பல (rare) or பற்பல; so சிலசில=சிலச்சில or சிற்சில. In poetry, பல்பல, சில்சில; and பலாஅஞ்சிலாஅம். With other words they become as follows: பல் சாலே or பல சாலே; பல தாழிசை or பஃறாழிசை; பன்மணி, பல்யானை; பல்லணி. And the same with சில.

(2.) *Final* ஆ: The Hard initials are not doubled after ஆ (cow), மா (beast), the expletive மியா and Plur. Per. Neg. Finite Verbs. Thus, ஆகுறிது (in cas.); மாகுறிது கேண்மியா கொற்ற; உண்ணு குதிரைகள் (the horses will not eat). If the க் is doubled, the meaning will be 'the horses which do not eat.'

In poetry, நிலாவிரி=நிலவிரி; கனு=கனவு: these forms are used also in prose.

(3.) *Final* இ: (*a.*) In poetry நாளன்றிபோகி=நாளன்றுபோகி; so "விண்ணின்று பொய்ப்பின்."

(*b.*) நாழி+உரி=நாடுரி, but this is obsolete, the present form being நாவுரி.

(*c.*) உரி+உப்பு=உரிய உப்பு, and so with other vowels. Also உரியாழாக்கு; உரியெண்ணெ.

(*d.*) புளி+கறி=புளிங்கறி; புளிஞ்சோறு; also the usual doubled forms.

(*e.*) பருத்தி குறிது, ஓதி சிறிது, யானைபெரிது (unchanged); ஆடித்திங்கள், சித்திரைத்திங்கள் (doubled); கிளிகுறிது, கிளிக்குறிது; தினைகுறிது, தினைக்குறிது (both).

(4.) *Final* ஈ: (*a.*) ஆ+பீ=ஆப்பி (cowdung); ஆப்பிகுறிது (in cas.); ஆப்பி (க்) குளிர்ச்சி (cas.).

(*b.*) பீகுறிது; நீபெரியை; மீ+கண்=மீக்கண்; also மீ (க்) கூற்று and மீ (ந்) தோல் மீ=மேல்.

(5.) *Final* உ: After the following உ finals, the Hard initials are not doubled:—(*a.*) Sign of the 3rd Case: அவனொடுபோ; (*b.*) Sign of the 6th Case: எனது தலை; (*c.*) Numerals: ஒரு குதிரை; (*d.*) Verbal ellipsis (வினைத்தொகை): வருபுனல்; and (*e.*) Demonstratives: அதுகுறிது.

(a.) In poetry, அது + அன்று = அதான்று.

(b.) The Hard initials are not doubled in Incasual combination, if the short உ is preceded by any other letter than a *hard consonant*. Thus, நாகு கடிது, எஃகு கடிது, வரகு சிறிது, குரங்கு பெரிது, தெள்குதீது. By inference, கொக்கு (க்) கடிது.

(c.) The Hard initials are not doubled in Casual combination, if the short உ is preceded by a medial, guttural, single long vowel or any other vowel. Thus தெள்கு கடுமை; எஃகு சிறுமை; வாகு பெருமை (another rule for டு and று); வரகுதீமை. By inference, கொக்கு (க்) கடுமை; குரங்கு (த்) தீமை.

(d.) When டு and று are doubled, the Hard initials are also doubled: ஆட்டு (ச்) செவி; ஆற்று (ப்) போக்கு.

(e.) கு and து are also sometimes doubled: வெருக்(க்) கு (க்) கண்; எருத்துமாடு.

(f.) In a few instances in Casual Combination, words ending in short உ preceded by a soft consonant change it into a hard consonant. Thus மருத்து(ப்)பை; இருப்பு (க்)கோல் (இரும்பு); கன்று + ஆ = கற்ரு; குரங்கு = குரக்கு(க்கால்).

By inference in Incas. Comb. என்பு + உடம்பு = என்புடம்பு; குரங்கு + மனம் = குரக்கு, &c.

Also double forms: குரங்குக்குட்டி or குரக்குக்குட்டி; அன்புத்தளை or அற்புத்தளை.

(g.) பண்டு + காலம் = பண்டைக்காலம்; so இன்றைத்தினம்; அன்றைக்கூலி (அன்று); நேற்றைப்பொழுது; ஒற்றை, இரட்டை, &c.

Special: தெங்கு + காய் = தேங்காய்.

(h.) வடக்கு = வட: Thus, வடகிழக்கு, வடமேற்கு வடதிசை.

தெற்கு=தென் : Thus, தென்கிழக்கு, தென்மேற்கு, தென்றிசை.

மேற்கு=மேல் : Thus, மேற்றிசை, மேனாடு, மேல்பால்.

கிழக்கு=கீழ் : Thus, கீழ்த்திசை, also கிழக்குத்திசை, கீழ்ச்சேரி.

So also குடதிசை, குணகடல் (from குடக்கு and குணக்கு.)

(*i.*) *Combination of Numerals.*

ஒன்று=ஓர் or ஒரு : ஓராயிரம் ; ஒருமரம், or ஓர் மரம்.

இரண்டு=ஈர் or இரு : ஈராயிரம் ; இருமரம் ; also இரண்டுமரம்.

மூன்று=மூ or மு : மூவாயிரம் ; முத்தேவர் ; also மூன்றுமரம்.

நான்கு=நால் or நாற் : நாலாயிரம் ; நாற்காலி also நான்கு or நாலுபேர்.

ஐந்து=ஐ : ஐயாயிரம் ; ஐ(ம்)பது ; ஐ(ங்)கலம் ; ஐவர் ; also ஐந்துபழம், ஐ(ம்)மூன்று.

ஆறு=அறு : அறுபது ; அறுசுவை ; also ஆறுபேர்.

ஏழு=ஏழ் or எழு: ஏழ்கடல்,எழுபது ; alsoஏழுமரம்.

எட்டு=எண் : எண்மர், எண்பது ; also எட்டுபழம்.

ஒன்பது is not changed : ஒன்பதுபழம்.

But ஒன்பது + பத்து=தொண்ணூறு ;
and ஒன்பது + நூறு=தொளாயிரம்.

The old form (which is also strictly grammatical) is தொள்ளாயிரம். The expression signifies literally the 'deficient thousand.'

பத்து (as வருமொழி)=பது or பஃது* : முப்பது or முப்பஃது.

பத்து + ஒன்று=பதினொன்று ; பத்து + மூன்று=பதின்மூன்று ; and so up to எட்டு. And so ஒன்பதினாயிரம்.

* Not used in common Tamil.

(ii.) மண் + வலிவு = மண்வலிவு ; பொன் + மென்மை = பொன்மென்மை (other initials).

Exceptions: பரண்கால் (not பரட்); கவண்கால், உமண்குடி. Also மண்குடம்.

(*b.*) *In Incasual Combination,* they are not changed before any initials:

மண்பெரிது ; பொன்குறிது ; உண்டான் சாத்தன்.

Exceptions; எண் + கடிது = எட்கடிது ; so சாட்கோல். Also பரணக்குடி.

(*c.*) *The finals* ண் and ன் *not preceded by a single short vowel,* are dropped when the initial ந் is changed into ண் or ன்.

(i.) தூண் + நன்று = தூணன்று ; so பயனன்று (Incas.)

(ii.) தூண் + நன்மை = தூணன்மை ; so பயனன்மை (Cas.)

(*d.*) After ன் and ண், த் is changed respectively into ற் and ட்: பொன்றீது ; மண்டீது,—and ந் into ன் and ண்; பொன்னன்று ; மண்ணன்று (நன்று.)

Special Combinations: (i.) எயின்குடி or எயினக்குடி ; மீற்கண் ; தேன்கடிது, தேன்கடுமை ; தேன் + மொழி = தேமொழி ; தேன் + குழம்பு = தேக்குழம்பு or தேங்குழம்பு. Chiefly confined to High Tamil.

(ii.) எகின் (swan) + கால் = எகிற்கால் or எகினக்கால் or எகினங்கால் ; எகினப்புள் or எகினம்புள். Also எகினமாட்சி ; குயின்கடுமை, ஊன்கடுமை.

(iii.) மின்(னுக்)கடிது ; so பின்னுக்கடிது, &c. Also கன்னந்தட்டு.

(iv.) தன், என் or நின் + பகை = தன், என் or நின் பகை or தற், எற் or நிற்பகை.

COMBINATION OF FINAL ம், ய், ர் AND ழ்.

IV. (*a.*) *Final* ம் is invariably dropped before medial and soft initials. மனம்+நொந்தது=மன நொந்தது ; மனம்+வலிவு=மனவலிவு (both comb.)

(*b.*) Before hard initials,—it is dropped and the hard initial doubled if the combination is *casual;* but changed into an appropriate kindred nasal if the combination is *incasual.*

(i.) மரம்+கிளை=மரக்கிளை ; குளக்கரை. Also குளங்கரை (rare).—(Casual.)

(ii.) மரம்+சாய்ந்தது= மரஞ்சாய்ந்தது ; மனம் போனது—Incas. Also நாங்கடியம் ; தங்கை, நஞ் செவி, &c.

Exception : பண்புத்தொகை doubles the initial : வட்டம்+கடல்=வட்டக்கடல்.

Special. நுஞ்ஞாண் (நும), தந்நூல் ; எந்நாள் (our days) நஞ்ஞானம், அகம் +செவி=அஞ்செவி.

ஈம் +கடிது=ஈமுக்கடிது ; ஈம or ஈமுக்குடம் ; so கம்முக்கடிது, கம்ம or கம்முக்குடம் &c., உரும் &c. Confined to High Tamil.

V. (*a*) In *incasual* combination, the hard initials are doubled after certain words ending in ய், ர் and ழ், and remain unchanged after others ending in the same. Thus

(i.) மெய்(க்)கீர்த்தி, கார்(ப்)பருவம், கூழ்(த்)தண்ணீர் (doubled).

(ii.) வேய்கடிது, வேர் சிறிது, வீழ்பெரிது (natural).

(*b.*) In *casual* combination, they are doubled after some words, while after others, they are either doubled or preceded by their kindred nasals.

(i.) நாய்(க்)கால், தேர்(க்)கால், பூழ்(க்)கால் (doubled).

(ii.) வேய்(க்)குழல் or வேய்(ங்)குழல்
ஆர்(க்)கோடு or ஆர்(ங்)கோடு
பாழ்(க்)கிணறு or பாழ்(ங்)கிணறு } (both ways)

Euphony is the chief guide in these doubtful combinations.

Special. தமிழ் adds அ. Thus தமிழநாகன், தமிழப் பையன்.

தாழ்+கோல்=தாழ்க்கோல்; கீழ்+குலம்=கீழ்(க்) குலம் or கீழ்குலம். So with the other hard initials.

VII. *Final* ல் *and* ள்—(*a.*) *Before Hard initials,* they are changed respectively in to ற் and ட் for Casual comb.; for Incas. comb., they may or may not be changed.

கல்+குறை=கற்குறை; முள்+குறை=முட்குறை. (cas).

Exception: 'கால்குதித்து ஓடிற்று' (unchanged).

கல்குறிது or கற்குறிது; முள்சிறிது or முட்சிறிது (incas.)

Special: When preceded by a single short vowel, they may be changed also into the guttural, before initial த. அல்+திணை=அஃறிணை; முள்+தீது=முஃடீது.

(*b.*) *Before nasals,* they are invariably changed into ன் and ண்.

கல்+மலை=கன்மலை; முள் +முடி =முண்முடி. (incas.)

கல்+மேல்=கன்மேல்; முள்+மேல்=முண்மேல் (cas.)

(*c.*) *Before medials*, they remain unchanged : கல் வலிது ; முள்யாப்பு.

(*d.*) After these finals, initial த் is changed into ற் and ட் ; கற்றீது, வாடீது ;—and initial ந் into ன் and ண் ; வேனன்று, வாணன்று.

(*e.*) In Incausual combination, ல் and ள் not preceded by a single short vowel, are dropped when the initial த் is changed into ற் or ட் ; in *both* combinations, they are dropped when the initial ந் is changed into ன் or ண்.

வேல்+தீது=வேறீது ; வாள்+தீது=வாடீது ; வேல்நன்று + வேனன்று ; வாள் = நன்று = வாணன்று. (incas.) வேல்+நன்மை=வேனன்மை ; வாள்+நன்மை=வாணன்மை. (cas.)

By inference : வில்+தீது = விற்றீது ; so முட்டீது. வின்னன்று, முண்ணன்று, &c.

Exceptions : தோன்றறீமை, வேடீமை (ல் and ள் dropped in cas. comb.) விழன்காடு ; நாளைக்கு.

(*f.*) Verbal Nouns in ல் and ள் do not add the increment உ. ஆடற்சிறந்தது ; ஆடனன்று ; ஆடனன்மை, ஆடல் வலிமை. கோள் or கோட்கடிது ; கோட்கடுமை.

Exceptions : வல்(லுக்)கடிது ; வல்(லப்)பலகை or வல்(லுப்)பலகை. Also நெற்கடிது,செற்கடிது, கொற்கடிது, சொற்கடிது.

இல்(லைப்)பொருள் or இல்(லை)பொருள் (ஐ incre.) ; இல்(லாப்)பொருள்(ஆ neg.)

புள்(ளுக்)கடிது ; வள்(ளுக்)கடுமை.

VIII. *Final* வ். அவ், இவ் or உவ்+கடிய=அஃ, இஃ, or உஃகடிய.—' They or these are hard' (High Tamil).

அவ்,&c.+ஞானம்=அஞ்ஞானம், &c. ; அவ்யானை.

தெவ்+கடிது=தெவ்வுக்கடிது ; தெவ்+மன்னர்= தெம்மன்னர் (special.)

Note.—In ordinary prose compositions all the above-mentioned rules need not be followed. As changes involving omission and transmutation of letters are made chiefly for purposes of poetry, the only rules that require to be *invariably* observed are those referring to augmentation or the doubling and insertion of letters.

IX. In combinations involving Particles, Qualifying words and Sanscrit derivatives, the rules given above are seldom followed. ஆ + ன் = கன்று = ஆன்கன்று (not ஆற்கன்று.) So வண்டின்கால், மழகளிறு, தட(ந்)தோள், அளிகுலம், பிரபுவின், &c. And so also யேசுவின், யேசுகிறிஸ்து.

X. The following must be classed under *Anomalies and Corruptions* (மரூஉ) :—இல் + முன் = முன்றில் ; பொது + இல் = பொதியில் ; வேட்கை + நீர் = வேணீர் ; so வேணவா ; அருமருந்தன்னபிள்ளை = அருமந்தபிள்ளை ; அவர் + யாவர் = அவர்யார் ; அது + யாது = அதுயாவது ; இ + நாடு = இந்தநாடு ; குணக்குள்ளது = குணாது ; so தெனாது, வடாது ; சோழ + நாடு = சோணாடு ; பாண்டியன் + நாடு = பாண்டிநாடு ; மலையமானாடு + மலாடு ; தஞ்சாவூர் = தஞ்சை ; ஆற்றூர் = ஆறை ; ஆதன் தந்தை = ஆந்தை ; so பூந்தை, வடுகந்தை ; சென்னபுரி = சென்னை ; பனையூர் = பனைசை, &c.

Corruptions of single words : யார் from யாவர் ; ஆர் from யார் ; ஆனை from யானை ; ஆடு from யாடு ; பேர் from பெயர் ; யாவது from யாது ; என், என்ன from எவன், &c, &c.

Poetical Licenses.

Poets make use of various changes in words to suit the laws of metre, of which the principal ones are :—

(1.) *Hardening*, வலித்தல் : thus, குறுந்தாள் becomes குறுத்தாள்.

(2) *Softening*, மெலித்தல் : தட்டை is changed into தண்டை.

(3.) *Lengthening*, நீட்டல் : நிழல் = நீழல்.

(4.) *Shortening*, குறுக்கல் : பாதம் = பதம்.

(5.) *Augmentation*, விரித்தல் : விளையுமே=விளையு(ம்)மே.

(6.) *Omission*, தொகுத்தல் : சிறியஇலை = சிறியிலை (ய dropped).

(7.) *Aphœresis*, முதற்குறை : தாமரை = மரை (தா cut off).

(8.) *Syncope*, இடைக்குறை ; ஓந்தி = ஓதி (ந் cut off).

(9.) *Apocope*, கடைக்குறை : நீலம் = நீல் (அம் cut off). Nos. 7, 8 and 9, refer to omissions made in indvidual words.

(10.) ஆ in ஆன், ஆள், ஆர், ஆய் is changed into ஓ. As விட்டோன், நல்லோர் &c.

(11.) Verbs of the form செய்யும் are changed into செய்-ம். Thus, போன்ம், மருண்ம்.

If a Relative Part., it is changed into செய்யுந்து. As கூப்பெயர்குந்து கோழி.

There are some other changes but they are not of much importance.

Combination of Sanscrit Words.

Sanscrit combinations of the Sanscrit compounds employed in Tamil are of three kinds, viz., Dîrka Sandhi, Guna Sandhi and Vritthi Sandhi.

I. Dirka Sandhi. (தீர்க்கம்.)

In the Dirka Sandhi, two vowels come together and merge into ஆ, ஈ or ஊ.

Ex. சரண+அரவிந்தம்=சரணாரவிந்தம் ; சிவ+ஆலயம்=சிவாலயம். (ஆ).

கிரி+இந்திரன்=கிரீந்திரன் ; நதீ+ஈசன்=நதீசன் (ஈ).

குரு+உபதேசம்=குரூபதேசம் ; வதூ+ஊரு=வதூரு (ஊ).

II. Guna Sandhi. (குணம்.)

In this Combination, two vowels merge into ஏ or ஓ.

Ex. நர+இந்திரன்=நரேந்திரன் ; உமா+ஈசன்= உமேசன் (ஏ).

தாம+உதரன்=தாமோதரன்; கங்கா+உற்பத்தி= கங்கோற்பத்தி (ஓ).

III. Vritthi Sandhi. (விருத்தி.)

The Vritthi Sandhi merges two vowels into ஐ or ஔ.

Ex. ஏக+ஏகன்=ஏகைகன் ; பர+ஐக்கியம்=பைக்கியம் (ஐ).

கல+ஓதனம் = கலௌதனம் ; கங்கா +ஓகம்= கங்கௌகம் (ஔ).

By changing the initial vowel of a word its meaning is also modified. Thus

சைவம் from சிவம்=சிவசம்பந்தம் ; So சௌரி =சூரன்மகன்.

சைலம் from சிலை=சிலையால் ஆயமலை ; தாசரதி =தசரதன்மகன்.

கௌரவர் from குரு=குருகுலத்தார் ; தானவர்= தனுவின்மக்கள்.

அகத்தியம்=அகத்தியன்செய்தது ; சாகரம் (Sea) =சகரர் தோண்டியது.

This is called தத்திதம் in Sanscrit, and ஆதிவிருத்தி in Tamil.

Special: கோடாகோடி ; தூராதூரம் ; காலாகாலம் ; குலாகுலம் ; வேளாவேளை.

SYNTAX.—PART II.

The second part of Syntax treats of the structure, laws, and analysis of Sentences.

I. The Structure of Sentences.

1. A sentence (வாக்கியம்) is a complete thought expressed in words; as, கடவுள் இருக்கிறார்; நதி பாய்கின்றது.

There must be at least two things or elements to constitute a complete thought and they are the *subject* and *predicate*. The 'subject' is that which occupies the mind; thus, in the sentence நதி பாய்கின்றது, நதி is the thing concerning which we are thinking: the 'predicate' is that which the mind thinks about the subject; thus the word பாய்கின்றது (flows) expresses our thought regarding the subject நதி.

2. The subject and predicate therefore are the primary elements of a sentence.

The subject is called எழுவாய் (a compound word =எழு+வாய்), which means the *source of thought*, or the place (வாய்) which gives rise (எழு) to the thought; the predicate is called பயனிலை (also a compound word =பயன்+நிலை), which denotes the *situation or embodiment of the thought.*

3. Both the subject and predicate may be enlarged by adjuncts, as in the sentence, வல்ல சாத்தன் விரைவாய் வந்தான், where வல்ல is adjunct to the subject and விரைவாய் to the predicate. These may be termed எழுவாய் விரி and பயனிலை விரி, attribute to subject and modifying word to predicate.

4. But when the predicate is a transitive verb, an object is required to complete the thought. This object is called the completion of the predicate, பயனிலைமுடிபு. Thus there are three subordinate elements in a sentence, attribute to subject, and extension and completion of predicate. Ex. வல்ல சாத்தான் அப்புலியை விரைவில் கொன்றான்.

5. There is no copula in Tamil such as may be seen in the sentence 'God is good,' which in idiomatic Tamil is simply கடவுள் நல்லவர், where the termination அர் in the word நல்லவர் answers to the copula by establishing a perfect grammatical union between the two words கடவுள் and நன்மை. The Tamil sentence may be expanded into கடவுள் நல்லவராய் இருக்கிறார், but then it becomes unnecessarily long, and somewhat different in meaning, besides losing a little of its force and beauty.

6. The five elements are supplied by the following Parts of speech :—Subject and Object by the Noun, Predicate by the Verb, Attribute to subject by the Adjective (பெயருரி) and Extension of predicate by the Adverb (வினையுரி). The Particles (இடைச்சொல்) serve to connect these elements as well as sentences.

7. Instead of the Noun, Adjective and Adverb, phrases and even sentences may be substituted. A phrase differs from a sentence in not being a complete thought.

It must be however carefully remembered that there is some difference between the English and Tamil Phrase (தொடர்). What is a phrase in English is also a phrase in Tamil, but not always *vice versâ* '*To be angry* is madness' is in Tamil கோபமாயிருத்தல் பயித்தியம்—where both the subjects are phrases. But in the example, நேற்று வந்த சாத்தன் எங்கே 'Where is Sattan *who came yesterday* ?' the adjectival phrase 'நேற்று வந்த' becomes in English the sentence 'who came yesterday.' The former is a phrase, as the subject is wanting, but the latter is a sentence, having both subject and predicate. Expanded into a clause, the Tamil phrase would become நேற்று வந்தானேசாத்தன், அவன் எங்கே ?

8. Phrases are of three kinds,—Noun phrase, Adjective phrase, and Adverbial phrase,—according as they stand for a Noun, Adjective or Adverb.

Noun phrase (as subject) பெயர்த்தோடர் : Ex. பிறன் வரை நின்றாள் கடைத்தலைச்சேறல் அறனன்று.

Noun phrase (as object) பெயர்தொடர் : Ex. அறஞ் செய விரும்பு.

Adjective phrase பெயருரித்தொடர் : Ex. பல்பொறிய செங்கட்புலியேறு, &c.

Adverbial phrase வினையுரித்தொடர்: Ex. எவ்வாற்று உய்வார்இவர்.

9. As remarked above, not only phrases, but even sentences may be used instead of the simple Parts of speech. These sentences are called subordinate clauses (அவாநிலை) as they are only elements of the proper sentence; and, like phrases, they are of three kinds,—Noun, Adjective, and Adverbial.

Noun sentence (பெயரவா) as subject—தம்மக்கள் வாழ்தல் பெற்றோர்க்கு இன்பம்.

Noun sentence (பெயரவா) as object—தெய்வம் உளதென்பார் தீய செயப்புகின், &c.

Adjective sentence (பெயருரிஅவா)—குணமென்னுங்குன்றேறி நின்றார் வெகுளி &c.

Adverbial sentence(வினையுரிஅவா)—(நீ) சீனாத்தேடில் ஏனாத்தேடு.

10. All sentences which are not subordinate are termed principal sentences (மூலவாக்கியம்). Thus in the last example ஏனாத்தேடு is a principal sentence.

11. Sentences are of three kinds, Simple (தனிவாக்கியம்) Complex (சங்கர) and Compound (தொடர்).

THE SIMPLE SENTENCE.

1. The simple sentence (தனிவாக்கியம்) contains but one predicate (பயனிலே). சாத்தன் தந்தான்; சாத்தன் கரியன்.

In Tamil even participles (எச்சம்) have subjects, and they are therefore entitled to be called finite verbs, Thus ராமன் வந்து போனான் is in English 'Rama *came* and went.'

2. The simplest form of a sentence is that in which the predicate is in the imperative mood with the subject understood, as வா, போ, செய்யாதே. The sentence may assume various forms—it may be affirmative, as தெய்வம் ஒன்றுண்டு; negative, உடையதுவிளம்பேல்; optative, நீர் வாழ்க; interrogative, ஏன் அதைச்செய்தாய்; exclamatory, ஓகோ அவன் சிரசு எவ்வளவு பெரிதாய் இருக்கிறது!

3. The subject of a simple sentence may be either a single word or phrase.

(1.) A single word; மரஞ் சாய்ந்தது, அவன் வந்தான்; மாண்டோர் வாரார், ஆறுவது சினம்.

(2.) A phrase; நல்லாரைக் காண்பதுவும் நன்றே; ஆலயந் தொழுவது சாலவும் நன்று.

4. The subject may be enlarged in various ways :—

(a.) *By adjectives :* அம்மரம்; ஒருரூபாய்; முதலாம் புத்தகம்; எம்மனிதன்.

(b.) *By particles :* அவனே வந்தான்; அவன்மாத்திரம் நல்லவன்.

(c.) *By nouns :* கருங்கோழி (abstract); அவன் ஒருவன், தர்மராஜன் (apposition); எனதுகை (sixth case); நீரிற் குமிழி (seventh case); பொற்குடம் (third case); தேவனுக்குக் குணங்கள் எத்தனை (fourth case).

(d.) *By Participles :* வெட்டுகத்தி (root of verb); கெட்டமரம் (definite), நல்ல மனிதன் (indefinite).

(e.) *By phrases compounded of the above:* தம்மக்கள் மழலைச்சொல் கேளாதவர்.

5. The predicate may consist of

(1.) *Verb.* மரம்விழுந்தது (single); சாத்தன்பொருள்கேட்டான் (compound); மழைபெய்யக் குளம் நிறைந்தது (adv. participle); தாம் பெற்ற மக்கள் (rel. participle).

(2.) *Noun.* செயற்பால தோரும் அறனே. கற்றதனாலாய பயன் என் (interrogative).

(3.) *Phrases.* வரத்தக்காள் வாழ்க்கைத்துணை ; நிறைசெல்வம் நீரிற்சுருட்டுந்நெடுந்திரைகள்.

6. The completion of the predicate is the word or words which complete the meaning of the predicate. It is of two kinds, direct and indirect.

(*a.*) The direct object is a noun or its equivalent in the accusative case, answering to the question *whom* or *what?* Ex. கொற்றன் புலியைக் கொன்றான் (noun) ; இவன் அவனை அடித்தான் (demonstrative) ; சாத்தன் படிக்க விரும்புகிறான் (participle) ; நல்லாரைக்காண்பதுவும் நன்றே (participial noun).

The direct object may be enlarged in the same manner as the subject.

(*b.*) "The indirect object is a secondary completion ; which must be added to certain classes of verbs in order to express adequately the whole sense of the predicate."

(1.) Verbs of *asking, making, calling, appointing, &c.*, take an indirect object.

நான் அவனைப் பொருள்கேட்டேன் ; கொற்றனை நல்லவன் என்கிறார்கள் ; கல்வி அவனைச்சமர்த்தன் ஆக்கிற்று. In the example, மந்திரி இராஜன் ஆனான், ஆனான் being a neuter verb, இராஜன் is in the nominative case

Before verbs of 'considering,' the particles ஆக, போல, are affixed to the indirect object ; உலகம் திருவள்ளுவனை அவதாரமாக எண்ணுகின்றது ; அம்மாதை அவன் இரத்தினம் போல் எண்ணியிருந்தான்.

(2.) In most instances the dative case is an indirect object. ஆசிரியன் மாணாக்கனுக்குக் கல்விபயிற்றுவித்தான் ; இதை அவனுக்குக் கொடு ; சாத்தனுக்கு மகன் தோன்றினான் ; யானைக்கு இல்லை நீத்தும் நிலையும் ; உனக்குப் பணம்உண்டு.

(3.) The cognate accusative may also act as an indirect object அவனைக்கேள்வி கேட்டான் ; அப்பெண் நல்ல வாழ்வு வாழ்ந்தாள் ; கள்ளனை இரண்டடி அடித்தார்கள்.

(4.) Where two or more nouns in the accusative case are governed by the same predicate, the less important ones are regarded as indirect objects. அரசன் பகைவனைச் சிறைச்சாலையை அடைவித்தான்; நாயை வாலைக் குணக்கெடுக்கலாமா?

(5.) The indefinite or present adverbial participle may also be regarded as an indirect object. அவனைப் படிக்கச் சொன்னேன், I told him to read.

7. The Extension of the predicate.—The predicate may be extended or modified :—

(1.) By an adverb, கொற்றன் நனித்தின்றான்; சாத்தன் சாலப் பேசினன்; அவன் சீக்கிரம் வருவான்—or

(2.) By a word or phrase equivalent to an adverb. அவன் காலைமாலை இடைவிடாமல் பூசிக்கிறான்; இவன் நன்றாய் வாசிக்கிறான்; நீ நேற்று வந்தவன்; செய்வன திருந்தச் செய்; அவள் கிணற்றில் வீழ்ந்தாள்; அவ்வாறு மலையினின்றும் பாய்கின்றது.

8. The extension of Predicate relates to *time*, *place*, *manner*, and *cause*.

(1.) *Time.*

(*a.*) Some particular *point* or *period* of time answering to the question, *when?* as, கந்தன் நேற்று வந்தான்.

(*b.*) *Duration* of time, answering to the question, *how long?* as, பொன்னன் வெகு நாளாய் வருந்தினன்.

(*c.*) *Repetition*, answering to the question, *how often?* as, அவன் மூன்றுதரம் செயித்தான்.

(2.) *Place.*

(*a.*) *Rest in* a place, answering to the question, *where?* as, தங்கம் வீட்டில் இருக்கிறாள்.

(*b.*) *Motion to* a place, answering to the question *whither?* as, தம்பி மதுரைக்குப்போகிறான்.

(*c.*) *Motion from* a place answering to the question, *whence?* as கங்கை இமயகிரியிலிருந்து புறப்படுகின்றது.

Metaphorical ideas of origin, comprehension, direction, &c., are included in this classification.

(3.) *Manner.*

(1.) *Manner*, properly so called, answering to the question, *how?* or *like what*, as, மாணுக்கன் நன்ருய் வாசிக்கிருன்.

(2.) *Degree*, answering to the question, *how much*, or *in what degree?* as நீ எவ்வளவென்கிலும் சன்மார்க்கன் அல்ல.

(3.) *Instrument* answering to the question, *by or with what?* as, அவன் இவனை வாளால் வெட்டினன்.

(4.) *Accompanying circumstances*; as, கொற்றன் தன் மக்களுடன் மாண்டான்.

(4.) *Cause.*

(1.) *Ground or reason*; as, அவன் பசியாற் செத்தான்.

(2.) *Condition*; as, நீர் இன்றிப் பயிர் விளையாது.

(3.) *Purpose or motive*; as, அவன் கூழுக்குக் குற்றேவல் செய்தான்; பொருளையினல் என்வாழ்வைக் கெடுத்தான்.

(4.) *Material*; பொன்னிலும் வெள்ளியிலும்நகைகள் செய்யப்படும்.

THE COMPLEX SENTENCE.

1. The Simple sentence becomes *complex*, when it is extended by one or more *subordinate* clauses.

Ex. சினைத்தேடில், ஏனைத்தேடு ; கற்றதனுலாய பயன் என், (கொல்) வாலறிவன் நற்ருள் தொழாஅர் எனின்.

The complex sentence, then, is only a modification of the simple sentence, in which one or more of the *parts* consist of *clauses*, instead of words and phrases as in the examples given above. அவாநிலை தொடர் தனிவாக்கியம்.

2 In a complex sentence, the simple sentence is termed the principal sentence, as it contains the principal statement. மூலவாக்கியம்.

3. The three subordinate clauses, viz., the Noun, Adjective and Adverbial, occupy the places and follow the constructions of the Parts of speech whose substitutes they are.

4. The Noun sentence may act

(1.) As the subject; உண்டிச் சுருங்குதல் பெண்டிர்க் கழகு ; அவன் வருவான் என்பது அசாத்தியம்.

(2.) As the object; நீ சொல்வதை நான் நம்பேன் ; நீயார் என்று எனக்குத்தெரியும்.

The predicate of a noun clause is always a verbal noun (தொழிற் பெயர்) or a finite verb followed immediately by a verbal noun from என், or the particle என்று. There is no equivalent in Tamil to the impersonal pronoun '*It*' which is often used instead of the noun clause. '*It* is good that a man should be diligent,' is simply ஒரு வன் சுறுசுறுப்பாயிருப்பது நல்லது. The particle என்று, the equivalent of *that*, is a very frequent connective of the noun clause, when the predicate is a finite verb, as, அவன் நீ வருவாய் என்று சொன்னான்; and in most cases where the particle is thus employed, the noun clause acts as the *object* of the complex sentence. Besides, the particle என்று cannot be omitted like the English *that*, when it serves as the connective of a noun clause. In the following couplet, என்று is implied in the finite verb என்ப =என்றுசொல்லுவார்.

குழலினி தியாழினி தென்ப தம்மக்கள்
மழலைச்சொற் கேளா தவர்.*

5. The Adjective sentence may qualify *any noun* in the principal sentence. It may be attached

(1.) To the subject; அவன் கட்டின வீடு மண்மேடா யிற்று.

(2.) To the object; அவன் கட்டின வீட்டை மண்மேடாக்கினார்கள்.

---

* Those who have not heard the prattle of their own children, say (that) "the pipe is sweet, the lute is sweet."

(3.) To an extension of the predicate; கொற்றன் பிரவேசித்த நகரத்தில் அவன் சத்துருவும் பிரவேசித்தான். It may also qualify the adjuncts of the subject or object; நீ இருந்த வீட்டின் கதவைக்கள்ளர் திருடிக்கொண்டார்கள்; அவன் முடித்த வேலையின் பயன் இப்பொழுது தான் விளங்குகின்றது.

6. The predicate of an adjective clause is invariably a relative participle, பெயரெச்சம். There are no special connectives of this clause like the relative pronouns and adverbs in English.

7. The Adverbial sentence relates to *Time, Place, Manner* and *Cause.*

(1.) *Time.*—*(a)* Point of time; அவன் போகுமுன் அவள் மரித்துப்போனாள். *(b.)* Duration of time; நான் தெருவே வருகையில் ஒரு விநோத காட்சியைக் கண்டேன். *(c).* Repetition of an act; மின்னல் மின்னும்போதெல்லாம் இடி இடிக்கும்.

(2.) *Place.* —*(a.)* Rest *in* a place; நீர் காட்டும் வழிஎதுவோ அதிலேயே நான் நடப்பேன். *(b.)* Motion *to* a place; நான் போகும் இடத்திற்கு நீங்கள் வருவீர்களா? *(c.)* Motion *from* a place; நதிகள் புறப்படும் ஸ்தானத்தில் பனி அதிகமாய் மூடியிருக்கும்.

(3.) *Manner.*—*(a.)* Analogy; ஆசிரியன் செய்வதுபோல் மாணாக்கனும் செய்வான். *(b.)* Relation; நீமலையின் மேல் ஏற ஏற அதிகக்குளிர்ச்சி உண்டாகும். *(c.)* Consequence; தன் நடை ஒருவருக்கும் விளங்காதபடிக்கு, நூலாசிரியன் நூல் இயற்றுகிறான்.

(4.) *Cause.*—*(a.)* Reason; நீ நல்லவனாகையால், நான் உன்னை நேசிக்கிறேன். *(b.)* Condition: நீ வந்தால், சுகமடைவாய்; சினைத்தேடில்ஏனைத்தேடு. *(c.)* Concession; அவன் விழுந்தாலும், எழுந்திருப்பான். *(d.)* Purpose; உன் வாழ்வு நீடித்திருப்பதற்கு உன் தாய் தந்தையரைக் கனம் பண்ணு.

Table of Conjunctive Particles

Used to connect Subordinate Adverbial clauses with the Principal sentence.

I. Time	Point of time	பொழுது, முன், பின், இல், உடனே or உடன், the form செய்ய, உள், &c.
	Duration of time	பொழுது (with present tense), வரைக்கும், இது நிற்க, இதற்குள் &c.
	Repetition	பொழுதெல்லாம், எத்தனைதரமோ அத்தனைதரம், &c.
II. Place	Rest in Motion to, Motion from	எங்கே அங்கே, எவ்விடத்திற்கு, அவ்விடத்திற்கு, &c.
III. Manner	Analogy	போல், செய்தாற்போல், போலும்.
	Relation	எவ்வாறோ, அவ்வாறு &c., விட, பார்க்கிலும், காட்டிலும், இலும், &c.
	Effect	படி, படிச்கு, தக்கதாய், the form செய்யாதபடிக்கு, &c.
IV. Cause	Reason	படியால், ஆனால், &c.
	Condition or Hypothesis	ஆல், ஆனால் all future forms of verbal participles, ஒழிய, தவி,ரவிட்டால், &c.
	Concession	The forms செய்தும், செய்தாலும், போதிலும், போனைதக்கும், &c.
	Purpose	செய்ய, படி, படிக்கு, பொருட்டு, செய்யாத, &c.

It will be useful to remember that almost all these connectives are placed at the end of the clause—the exact reverse of the *order* in English.

THE COMPOUND SENTENCE.

1. The simple sentence becomes *compound*, when it is co-ordinate with one or more *principal* sentences. ராம லட்சுமணர் கோதாவிரியைக் கடந்து தட்சணம் பிரவேசித்தார்கள்.

In this sentence, there are two predicates, only the second of which is a finite verb, the other being a verbal participle. This is the case with most compound sentences in Tamil. Another example in which each of the predicates is a finite verb: மனத்துக்கண் மாசிலன் ஆதல் அனைத்தறன்; ஆகுல நீர பிற.

2. The compound sentence may assume various contracted forms:

(i.) One subject with several predicates.—கொற்றன் வீட்டுக்குப்போய், நன்றாய்ச்சாப்பிட்டு அகமகிழ்ந்து ஆலயத்திற்கு வந்தான். (ii.) Several subjects with one predicate.—சாத்தனும் கொற்றனும் பூதனும் வந்தார்கள்; மூடன் அல்ல, கள்ளன் அதைத்திருடி இருக்கிறான். (iii.) One predicate with several objects.—கடவுள் உலகத்தையும் அதிலுள்ள சகலபிராணிகளையும் பாதுகாக்கிறார். (iv.) One predicate with several similar extensions.—முதலையானது நீரிலும் நிலத்திலும் இருக்கும்; கடவுள் தூணிலும் துரும்பிலும் இருப்பவர்.

3. The connection or coördination between the several members of a compound sentence is of four kinds:—

(1.) *Copulative*, when two or more assertions are *united* together so as to make the meaning of the whole more clear and complete. Thus,

மெய் வருத்தம் பாரார், பசிநோக்கார், கண்துஞ்சார்,
எவ்வெவர் தீமையும் மேற்கொள்ளார், செவ்வி
அருமையும் பாரார், அவமதிப்புங் கொள்ளார்,
கருமமே கண்ணாயினர்.

2. *Disjunctive*, when two or more assertions are placed together, but their meaning *is disconnected* or *distributed*. Thus, இந்த யுத்தத்தில்

நீயாகிலும் மடியவேண்டும் நானாகிலும் மடியவேண்டும்; இவனாவது அவனாவது வருவான்.

3. *Adversative*, when two assertions are placed in *opposition* to one another. Thus மூத்தது மூளை, இளையது காளை; சரீரமானது அழிந்து போகும், ஆத்துமாவோ என்றும் நிலைத்திருக்கும்.

4. *Illative*, when the second of two assertions bears to the first the relation of a logical inference, cause or effect. Thus, நீ சிறுவன், ஆகையால் உனக்கொன்றும் தெரியாது; அவன் யதார்த்தன், ஆதலால் எல்லாரும் அவனிடத்தில் நம்பிக்கை வைத்திருக்கிறார்கள்.

4. Cöordination is often effected without any connectives, thus, அவன் நல்லவன், இவன் கெட்டவன்; வேத்தலைவகாவார் மிகன் மக்கள், வேறு சிலர் காத்ததுகொண்டு உவப்பெய்தார்.

CONNECTIVES OF CÖORDINATE SENTENCES.

I. Copulative ...	உம், மேலும், அதன்றி, அன்றியும் அதவுமன்றி. இதன்றி, இதுமாத்திரமல்ல, கூட, அல்லாமலும், அப்பால் &c.
II. Disjunctive...	ஆவது—ஆவது; ஆகிலும்—ஆகிலும், ஆனாலும்—ஆனாலும்; அல்லது, அன்றி &c.
III. Adversative...	ஆகிலும், ஆனாலும், ஆயினும், எனகிலும். ஓ, ஆனால், ஆனபோதிலும், அப்படியிருந்தாலும், இப்படி—அப்படி &c.
IV. Illative	ஆகையால், ஆதலால், ஆதலில், ஆனபடியால், இப்படியிருக்கிறபடியால், ஏனென்றால், ஏனெனில், எப்படியென்றால் &c.

GENERAL REMARKS ON SUBORDINATE CLAUSES.

1. Principal clauses become subordinate in sense: சட்டி சுட்டது, கைவிட்டது, here the first clause is equivalent to

சட்டி சுட்டபடியால். So in அரிசியும் இல்லை வரிசையும் இல்லை, the first clause means அரிசி இல்லாவிட்டால்.

2. Some subordinate clauses, especially those of condition, assume an interrogative form; நீ வரமாட்டாயா, உன்னை அடிப்பேன் (நீ வராவிட்டால்). Thus in the Cural,

இம்மைப் பிறப்பிற் பிரியலம் என்றேனோ !
கண்ணிறை நீர்கொண்டனள்.

II. The Laws of Sentences.

We shall now state the *rules* which govern the arrangement of words in sentences. Those referring to *order* are *very few and definite* compared with those which treat of the same subject in English Syntax. As regards this point, therefore, the construction of ordinary Tamil sentences presents little or no difficulty to the beginner.

The laws of order are as follows :—

I. The subject precedes the predicate : மரம் விழுந்தது.

This order is reversed (1.) in poetry, அகரமுதல வெழுத்தெல்லாம், which in simple prose would be எழுத்தெல்லாம்அகரத்தைமுதலாக உடையன ; and (2.) for emphasis, விழுந்தது பிள்ளை ! Compare 'Down fell horse and rider.'

II. The predicate is the last word in the sentence. கொற்றன் வந்தான் என்று சாத்தன் சொன்னான்.

This rule holds good in every kind of sentence, subordinate as well as principal.

III. The object precedes the predicate. கொற்றன் புலியைக் கொன்றான்.

In the following example from poetry, the object சொல் follows the predicate சொல்லார் : அரும் பயனாயும் அறிவினார்சொல்லார்,பெரும் பயன் இல்லாதசொல். Also in prose, அடா பீஷ்மா இனி என்னதாமசம், எடு வில்லை.

IV. The attribute precedes the noun which it qualifies, and the *antecedent*, its demonstrative pronoun: நல்ல மரம் ; விழுந்தபிள்ளை ; என் நண்பன் கட்டின வீடு. சாத்தன் வந்தான், அவனுக்குச் சோறிடு.

V. The adverb and adverbial phrase and clause go before what they modify : நல்லவனாய்இரு ; ஆறு நாளுக்குள் மரிப்பான் ; மழை பெய்யக்குளம் நிறைந்தது. And so with the comparative : இவனிலும் அவன் நல்லவன்.

VI. The subordinate clause precedes the principal sentence. For examples, see above.

" All other words which depend upon these principal parts precede them respectively ; so that the most important of the dependent words is placed nearest to its principal, and the least important, farthest from it."—Rhenius—*Tamil Grammar.*

The following rules relate to Concord and Government.

THE NOMINATIVE.

1. The Nominative may be suppressed, not only in the Imperative mood, but in those cases where it can be directly inferred from the predicate, or before certain Relative participles. கொற்றன் வந்தானா ? ஆம், வந்தான், here the nom. is suppressed in the answer—to insert it would be as inelegant in Tamil as it would be incorrect in English to omit it. Personal pronouns are as a rule omitted in colloquial language. அதைநன்றாய்ச்செய்தாயே ; எங்கே போகிறீர்கள் ! என்னசொன்னான் ? Before participles : கட்டினவீட்டுக்கு நோட்டஞ் சொல்லுவார் அனேகர், (ஒருவன்) கட்டின.

2. If there are two or more nominatives to the same verb, one or other of the following constructions must be adopted.

a. உம் may be added to each : சேரனும் சோழனும் பாண்டியனும் வந்தார்கள் ;—or

b. The last alone may be put in the plural : சேரசோழபாண்டியர் வந்தார் ;—or

c. A participial noun from என் or ஆகு may be added to the last noun சேரன் சோழன் பாண்டியன் என்பவர் or ஆ

னவர் &c. This participial noun may be called the 'appositional noun,' and it must always agree in gender with the nouns to which it is affixed ;—or

d. The total number of the nouns may be added, with உம் affixed to it : சேரன் சோழன் பாண்டியன் (ஆகிய) மூவரும் வந்தார்கள் ; பொய் குறளை வன்சொல் பயனில என்றிந் நான்கும் &c. ; சுவை, ஒளி, ஊறு, ஓசை, நாற்றம் என்றைந்தின் &c. This construction is termed பெயர்ச்செவ்வெண், literally, 'a straight reckoning of nouns.' Sometimes they are left alone.—See below Predicate.

3. When several persons or things of the same kind or class are spoken of only one or two of them may be mentioned, and participial nouns from முதல் added. Thus. சேரன் சோழன் முதலானவர் வந்தார் ; பொன் வெள்ளி முதலானவைகள்.

4. Participial nouns from ஆகு and என் may be affixed to single nominatives for the following reasons :

1. Emphasis : கந்தசாமி ஆனவர் வந்தார் (respect) ; கந்தசாமி ஆனவன் வந்தான் (disrespect). 2. When the subject is unknown to the party addressed : நெப்போலியன் என்பவன் பேர் போன ஓர் வீரன். 3. Definition : பொன்னானது எல்லா லோகங்களிலுஞ் சிறந்தது ; அறன் எனப்பட்டதே இல்வாழ்க்கை.

5. When the *same* agent is described by several epithets, connectives need not be employed. ஆசிரியன், பேரூர் கிழான், இளங்கண்ணன், சாத்தன் வந்தான். The verb is singular.

6. The addition of தான் to the nominative makes it *emphatic* in simple sentences, and *reflective* in Subordinate clauses. Thus கொற்றன் தான் அதைச் செய்தான். Kottran *himself* did it. கொற்றன் (தான் வருவான்) என்றான். Kottran said that he (Kottran) would come, but கொற்றன (அவன் வருவான்) என்றான், Kottran said that he (some one else) would come.

Emphasis is also expressed by simply adding the particle ஏ to the nominative, கொற்றனே, while it is increased by adding this same particle to the pronoun தான், thus, கொற்றன் தானே.

7. For respect, the singular is spoken of as the plural, and the female as a thing. Thus, அவர், இவர் instead of அவன், இவன் (of superiors and equals and even respectable inferiors), and அது instead of அவள். This rule, however, applies, to the colloquial dialect only.

8. The nominative idea—*i.e.*, agency—may be expressed by other Cases.

(1.) The 3rd Case. என்னால் செய்யப்பட்டது=நான் (அதைச்) செய்தேன்; இவ்வுலகம் கடவுளால் காக்கப் படுகின்றது=கடவுள் இவ்வுலகத்தைக் காக்கின்றார். This, it must be remembered, is the Tamil method of changing the active into the passive voice and *vice versa*.

(2,) The 4th Case. அவர் எனக்குத் தெரியும்=நான் அவனை அறிவேன்; உனக்கு அதைச் செய்யக்கூடும்=நீ அதைச் செய்யக்கூடும்; எனக்குக் காது கேட்காது=நான் செவிடன்.

(3.) The 6th Case. அவனுடைய ஆட்டம்=அவன் ஆடின ஆட்டம்; என்வரவு=நான்வருதல்.

This 'interchange of cases' is called in Tamil வேற்றுமைமயக்கம், and is thus stated in the Nannul:

யாதன் உருபிற் கூறிற் றாயினும்
பொருள்செல் மருங்கில் வேற்றுமை சாரும்.

But this 'conversion of cases' is not peculiar to Tamil—it is quite common in English, though in another form—viz.—the various forces of the prepositions.

The Predicate.

1. A verb must agree with its nominative in gender, number and person.

Ex. நான் நடக்கிறேன் ; நாம் நடக்கிறோம்.
நீ நடக்கிறாய் ; நீர் நடக்கிறீர்.
அவன் நடக்கிறான் } அவர் நடக்கிறார்.
அவள் நடக்கிறாள் }
அது நடக்கிறது ; அவை நடக்கின்றன.

Also : நீங்கள் நடக்கிறீர்கள். அவர்கள் நடக்கிறார்கள். அவைகள் நடக்கின்றன.

So far as Syntax is concerned, number and gender are the same. This is the fundamental law of concord. There are however a few exceptions.

a. Among personal nouns (உயர்திணை), singular nominatives may take plural verbs to denote respect, குருவந்தார் ; கடவுள் பார்க்கிறார் ; தகப்பன்சொன்னார். This is not the case in poetry.

b. The predicate need not agree with those nominatives whose gender is indicated not by their terminations but by the context நாலடியார் இயற்றப்பட்டது, (a poem) ; இந்த துராத்மா என்ன பண்ணுவானோ ? பிள்ளை வந்தார், (not a child).

c. Noun-predicates agree with nominatives of the 1st and 2nd person in gender only : நான்நேற்றுப்போனவன் ; நீ அதைச்செய்தவன் ; நீயே அவன் ; அவரே நீர். This is owing to the absence of the copula.

d. Nouns of multitude, *i.e.*, names which signify more than *one* individual of the kind, though singular in form take a plural predicate. Thus. எப்புவி நிலைப்பன (the worlds), எக்கிரி நிற்பன (the mountains), எக்கடல் நிற்பன ; காதறுந்தன, கண் அவிந்தன, கால் ஒடிந்தன, வால் அறுந்தன.

e. Impersonal Nominatives on the other hand, though plural in form have the verb in the singular, especially when they convey unity of idea. மரங்கள் வீழ்ந்தது ; மாடுகள் செத்தது ; செய்யுஞ் செய்கையும் சிந்திக்கும் சிந்தையும், ஐய, நின்னது.*

---

* பால்பகா அஃறிணைப் பெயர்கள் பாற்பொதுமைய.
—Nannul.

2. Verbal nouns, as in English, act as nominatives as well as predicates, நான்வருதல் நல்லது ; அவன்அவ்விடம் போவது தீமையாய் முடியும். Here வருதல் and போவது act in both capacities.

3. When the nominatives are of different *persons*, the predicate must agree with the *first person*, or with the second, if there is no first ; in either case it must be plural. நானும் நீயும் அவளும் போனோம் ; நானும் நீயும் போனோம் ; நீயும் அவனும்போனீர் or போனீர்கள்.

4. If two or more singular nominatives relating to different objects, take one verb, the latter must be in the plural, கொற்றனும் சாத்தனும் வந்தார் ; பொன், வெள்ளி செம்பு முதலியன மனிதர்க்கு உபயோகமாயிருக்கின்றன ; விபசாரக்காரன், குடியன் கொலைபாதகன், விக்கிரகாராதனைக்காரன், பொய்யன், மோட்சம் பிரவேசியார்கள்.

But if two or more singular nominatives relate to the same object the verb must be in the singular. வழி நோக்கான், வாய்ப்பன செய்யான், பழிநோக்கான் பற்றலர்க்கு இனிது.

5. If two or more singular nominatives are separated by such particles as ஓ, ஆவது, ஆகிலும், &c., or if the assertion is made regarding only one of them, or each of them separately, the verb must be in the singular. கொற்றனாவது சாத்தனாவது வருவான் ; சாத்தனோ கொற்றனோ எவனோ வந்துபோனான் ; கொல்லன் தச்சன் வருவான் ; "நன்னிலைக்கண் தன்னை நிறுப்பானும், தன்னைநிலைக்கலக்கிக் கீழிடுவானும், நிலையினும் மேன் மேல் உயர்த்தி நிறுப்பானும், தன்னைத் தலையாகச் செய்வானுந்தான்."

6. When Personals and Impersonals come together, the gender of the predicate is plural-personal or plural-impersonal according as stress is laid upon the one or the other of the nominatives ;—in other words, the verb agrees with.

the chief nominative.* திங்களும் (moon) சான்றோரும் ஒப்பர் (respect) ; மூர்க்கனும் முதலேயும் கொண்டது விடா (contempt) ; மனிதனும் குதிரையும் வந்தார்கள் ; பற் பிடுங்கின பாம்பும், மதமில்லாத யானையும், இடம்விட்டுப் பெயர்ந்த அரசும், எல்லாராலும் அவமானம் அடைகின்றன ; ஆமையும் பெரியரும் ஐந்தடங்கிநிற்பார்.

7. *Concord* may be set aside in cases of joy, anger, affection, praise or contempt.

Thus :- Of one's son, " என் அம்மைவந்தாள்"—the fem. for masculine.

Of a cow, " என் அம்மை வந்தாள்"—the personal for impersonal.

Of a person, " அவர் வந்தார்"—the singular for plural.

Of the Deity, " தாதாய் மூவேழுலகுக்குந்தாயே" —praise.

Of a man, " இவன் பெண்."—contempt.

8. Tamil Participles, unlike the English, are treated as predicates in most instances, but the law of concord does not apply to them, as they have no inflection for gender and person. நான் வந்து போனேன்=நான் வந்தேன், (நான்) போனேன் ; when there are more predicates than one in a simple sentence, all but the last are participles. சாந்தன் வந்து, என்னைக் கண்டு பேசிக் காரியத்தை முடித்துக் கொண்டு போய்விட்டான்.

9. Finite verbs often have different subjects from the participles which precede them.

Ex. நான் கொடுக்க வந்தேன் (one subject) ; நான் கொடுக்க, அவன் வாங்கினன் (two subjects).

நான் வந்து தருவேன் (one) ; நான் வந்தும், நீ தாராய் (two).

---

* திணைபால் பொருள்பல விரவின, சிறப்பினும், மிகவினும் இழிபினும் ஒருமுடிபினவே.—Nannul.

10. Double nominatives are required by the verbs ஆகு, என் and அல்.

சாத்தன் பெரியன் ஆயினான்; தான் பெரியன் என்றான் சாத்தன்; பெற்றவர் எல்லாம் பிள்ளைகள் அல்ல, கொண்டவர் எல்லாம் பெண்டிரும் அல்ல.

Compare the English verbs *be, seem, become*, &c., which also take two nominatives.

a. A whole and its member may be regarded as nominatives to the same predicate. கொற்றி கண் அவிந்தாள்; கொற்றன் காதறுந்தான், but in பிள்ளை கால்நொண்டுகிறது, கால் is in the 3rd Case.

b. So collective nouns and their totals: பாண்டவர் ஐவரும் வந்தார்; சகோதரர் நால்வரும் இருக்கிறார்கள்.

c. So also genus and species: கிரிப்பிள்ளை ஓடிற்று, யமுனைநதி பாய்கின்றது.

11. Impersonal, or rather, unipersonal predicates have no nominatives: எனக்குப்பசிக்கிறது; எனக்கு நோகிறதே; இருட்டிப் போயிற்று; குற்றஞ் செய்தவனைத்தண்டிக்க வேண்டும், வஞ்சனை அஞ்சப்படும்—but in the last two examples the infinitives தண்டிக்க and அஞ்ச may be regarded as verbal nouns (தண்டித்தல் and அஞ்சுதல்).

12. Finite verbs ending in உம் cannot agree with Plural personals (பலர்பால்) and the first and second persons:

அவன் உண்ணும், அவள் உண்ணும் (confined to classical usage); அது உண்ணும், அவை உண்ணும்; but not அவர் உண்ணும், or நான் உண்ணும் or நீ உண்ணும்.

13. The predicate of a member (சினைவினை) may agree with that member or its whole:

கால் ஒடிந்து இற்றுவீழ்ந்தது (with member).
கால் ஒடிந்து வீழ்ந்தான் (with whole).

14. In classical usage, Personals (உயர்திணை) take யார் as their interrogative predicate, and Impersonals, எவன் :

அவன் யார், அவள் யார், அவர் யார் ; அது எவன், அவை எவன். In common Tamil அது எது, அவை எவை ?

15. *Classical usages.* (*a*) The definite finite verb in the middle of a sentence has the force of a verbal participle, நடந்தான்வந்தான் (நடந்து).

(*b*). The Indef. finite verb (குறிப்பு முற்று) has the force of a relative as well as verbal participle. நாள் அன்று போகி அனறி) ; வெந்திறலினன் விறல் வழுதியொடு (திறலினனாகிய).

(*c*). Finite verbs of the 1st person, sing. and plural, ending in the classical forms கு and கும், may be classically used as verbal participles : உண்கு வந்தேன் (உண்ண) ; உண்கும் வந்தேம் (உண்ண).

THE 2ND OR ACCUSATIVE CASE.

1. The Accusative is governed by transitive verbs, participles, and verbal and conjugated nouns.

சொற்றன் சாத்தனை அடித்தான் (def. verb) ; கொற்றன் பொன்னை உடையன் (indef. verb) ; சாத்தனை அடித்த கொற்றன் (rel. part.) ; கொற்றன் சாத்தனை அடித்துப்போனான் (verbal part.) ; சாத்தனை அடித்தல் நல்லது (verbal noun) ; கொற்றனை அடித்தவன் எங்கே (conj. noun).

(*a*). The accusative is also governed by the particles போல ; பற்றி, குறித்து ; பார்க்கிலும், விட ; &c.

உன்னைப்போல நல்லவன் யார் ? கொற்றனைப்பற்றி என்னசொன்னாய் ? ; கொற்றனைவிட சாத்தன் நல்லவன்.

(*b*). The Tamil language abounds in examples of what in English are called *cognate accusatives*.

ஆட்டம் ஆடினான்; கல்விகற்றான்; அடி அடித்தான்; பயணம் போனான்; தூக்கந் தூங்கினான். The cognate objects omit the *sign as a rule.*

2. Verbs like ஆகு, கேள் and என் take two objects: என்னை மந்திரி யாக்கினான்; அவனைப் பணங் கேட்டான்; என்னை நல்லவன் என்றான். Only one of the objects has the sign affixed.

(*a.*) Rarely, three different accusatives may be governed by one verb. நாயை வாலைக் குணங்கெடுக்கலாமா?

(*b.*) Objective or causative verbs (பிறவினை) generally take two objects. அவனை அதைச் செய்வித்தான்; இதென்ன! ஒரு கழியை இரண்டு பறவைகள் தூக்கிக்கொண்டு அதை ஆமையை பிடிப்பித்துக்கொண்டு போகின்றன என்று பேசிக்கொண்டார்கள்.

3. When a whole and its part (முதலுஞ் சினையும்) are governed by the same verb, their cases are formed in various ways:

(*a.*) The *whole* is put in the oblique form and the *part* in the accusative: பசுவின் பாலைக் கறந்தான்; மரத்துக்கொம்பை வெட்டினான். or the *whole* may be in the genitive, யானையினது காலை வெட்டினான்.

(*b.*) Both may be put in the accusative case, பசுவைப் பாலைக் கறந்தான்; பையனை மூக்கறுத்தான்.

(*c.*) The *whole* may be in the objective and the *part* in the seventh case; யானையைக் காலின்கண் வெட்டினான்.

4. The ommission of the sign by impersonals (அஃறிணை) is considered elegant, especially when the governing verb is of the personal gender: மரம் வெட்டினான்; வீடுகட்டினான்; காகிதம் கொடு. In such instances, the insertion of the sign denotes that the object is particularised, thus, காகிதங்கொடு is 'give (me) paper;' காகிதத்தைக் கொடு is 'give me *the* paper.' Personals cannot omit the sign: அவன் சாத்தனை அடித்தான், not அவன் சாத்தன் அடித்தான். The Poets, however, are not fettered by ule. Thus, நிற்புறங்காக்க.

5. When several nouns are in the accusative case, and governed by the same verb, the sign ஐ and the particle உம் must be added to each, or the sign may be affixed only to the *completing noun* (mentioned above). Thus, சோரனையுஞ் சோழனையும் பாண்டியனையுங் கண்டேன் ; or சேர சோழ பாண்டியர்களைக்கண்டேன் ; or சேரன், சோழன், பாண்டியன் என்பவரைக் கண்டேன்.

6. When the active verb is chnged into the passive, the accusative becomes the nominative : மாடு கொண்டேன் = மாடு கொள்ளப்பட்டது.

7. The accusative meaning may be more or less approximately expressed by all the other cases, but this is availed of chiefly in poetical compositions.

(i.) 1st *Case.* இம்மாடு நான் கொண்டது * = இம் மாட்டை நான் கொண்டேன். But the full meaning of each sentence is not exactly the same. The difference appears well in the English rendering. '*This* is the cow which I purchased'—' I have purchased this cow.'

In a few cases, the accusative is colloqnially used for the nominative : என்னை அறியாமல் போய் விட்டான் (நான் அறியாமல்) ; என்னைக் காணுமல் தின்றுவிட்டான் (நான் காணுமல்.)

(ii.) 3rd *Case.* கல்லாலெறிந்தான் (கல்லை) ; விலங்கொடு மக்கள் அனையர்.

(iv.) 4th *Case.* அவள்பொன்னுக்கு ஆசைப்பட்டாள் (பொன்னைவிரும்பினுள்) ; the well known proverb, கூழுக்கும் ஆசை மீசைக்கும் ஆசை.

(v.) 5th *Case.* கற்றவரின் அஞ்சினுன் (கற்றவரை).

(vi.) 6th *Case.* பசுவினது பாலைக்கறந்தான். (பசுவை).

(vii.) 7th *Case.* கல்லில் முட்டிக்கொள் (கல்லை) ; வீட்டில் சேர்ந்தான் (வீட்டை).

---

* செயப்படுபொருளைச் செய்தது போல
ஒருள்படக்கிளத்தலுஞ் செய்யுளுள் உரித்தே.

The 3rd Case.

1. The 3rd case is invariably governed by a verb. மண்ணால் குடத்தை வனைந்தான்; கொற்றனோடு சாத்தன் போனான்.

The governing verb is often understood; பொற்குடம் (பொன்னால் ஆகிய); கருப்பு வில் (கரும்பினால் ஆகிய).—Called in Tamil உருபும்பயனும் உடன்தொக்கதொகை. As a rule the sign is suppressed when the verb is omitted—but this does not apply to the social ablative.

2. When the passive is changed into the active voice, the third case becomes the first: என்னால் செய்யப்பட்டது =நான் (அதைச்) செய்தேன்.

3. The 3rd case in ஒடு, ஓடு and உடன் is sometimes resolvable into the verbal participle. களிவுடன் பேசினான் (களிவாய்); களிப்பொடு பார்த்தான் (களிப்பாய்).

4. (a.) The Instrumental idea may be expressed by the following cases :—

1st Case.—இவ்வெழுத்தாணி யான் எழுதியது=இவ்வெழுத்தாணியினால் யான் எழுதினேன்.

4th Case.—என் கைக்குக் கூடிய காரியம்=என் கையினால் கூடிய காரியம்.

5th Case.—இரும்பிற் செய்த தூண்=இரும்பினால்செய்த தூண்.

(b) The social idea is very nearly expressed by the Nominative.

யானையும் புலியும் போர் செய்தால் எது செயிக்கும்: யானையோடு புலி போர் செய்தால் &c., the only difference being that in the latter only one noun is specified, while both are treated alike in the former.

THE 4TH OR DATIVE CASE.

1. The dative is governed by both verbs and nouns. சாத்தனுக்கு மகன் ; கொற்றனுக்குக் கொடு ; குரங்குக்குப்பூமாலை சரிக்குமோ ?

It is also governed by the particles முன், பின், மேல், கீழ், &c. மலைக்குமேல் ; மேஜைக்குக்கீழ் ; எனக்குமுன் ; அதற்குப்பின்.

2. The sign கு is an expletive when affixed to words indicating time and place : நாளைக்குவா, இன்றைக்குப் போ ; முன்னுக்கு, பின்னுக்கு, மேலுக்கு ; வெளிக்கு மினுக்கு உள்ளுக்குச்சொள்ளை.

When inserted between repeated words, it has a distributive force (every, ஒவ்வொரு) : வேளைக்குவேளை (ஒவ்வொருவேளையும்) ; தலைக்குத் தலை ; வீட்டுக்கு வீடு ; ஊருக்கூர்.

3. The gerundial infinitive (செய்ய) is always resolvable into the dative, which however is not equally elegant. Ex. வரச்சொன்னேன் = வருதற்குச்சொன்னேன் ; or வருகிறதற்கு &c.

(a.) A compound dative is usually formed of செய்யும் by adding to it the dative of படி. செய்யும்படிக்கு ; போகும்படிக்கு. Here of course கு is redundant, as 'purpose' is implied in படி itself.

(b.) When followed by particles of time, the rel. part. may be resolved into the dative ; செய்யுமுன் = செய்தற்குமுன், செய்வதற்குமுன்.

4. The dative sign may be repeated after each noun, but it is not elegant to do so more than twice or at least thrice in the same sentence. எனக்குச் செலவுக்கு ஒன்றும் இல்லை ; இன்றைக்கு எனக்குச் சாப்பாட்டுக்கு ஒன்றும் இல்லை : இன்றைக்கு எனக்கு உடம்புக்குச் சவுக்கியத்துக்கு ஏதுவில்லை (not elegant).

5. The dative meanings may be very nearly expressed by all the other cases.—Thus

1st Case.—மதுரை நான் போனது, சென்னை அன்று=நான் மதுரைக்குப்போனேன், சென்னைக்கன்று.

2nd Case.—குதிரையைத் தண்ணீர் காட்டு=குதிரைக்குத் தண்ணீர் காட்டு.

3rd Case.—உன்னால் படிக்கமுடியாது=உனக்கு &c.; ஊரால் ஓராலயம்=ஊருக்கு &c.

5th Case.—உன்னிலும் அவன் சமர்த்தன்=உனக்கு அவன் சமர்த்தன்.

6th Case.—உன்பயம் எனக்குண்டு=உனக்குப்பயப் படும் பயம் &c.

7th Case.—எட்டடி உயரத்தில் ஒருகம்பம் நாட்டு=எட்டடி உயரத்திற்கு &c.

THE 5TH CASE.

1. The 5th Case is governed by nouns as well as verbs. காக்கையின் கரிது களங்கனி. (indef. verb.) மலையிலில் (இருந்து) வரும் ஆறு. (def. verb); சென்னையின் மேற்குக் காஞ்சி.

Nouns govern this case chiefly for 'limit' or 'comparison.'

2. The various meanings of this case are also implied in some of the other cases:

2nd Case.—கொற்றன் சென்னையை நீங்கினான்=கொற்றன் சென்னையினின்றும் &c.

3rd Case.—வெள்ளியினாற் செய்தகாப்பு=வெள்ளியிற்செய்த, &c.

4th Case.—சென்னைக்கு மேற்குக்காஞ்சி=சென்னையின்மேற்கு, &c. (direction.)

எனக்கவன் மூப்பு=என்னிலும் அவன் மூப்பு (comparison).

3. This case seldom or never suppresses its signs.

THE 6TH OR GENITIVE CASE.

1. The 6th Case is governed only by a noun, which must always precede it. கொற்றனது தலை.

2. When two or more nouns are in the genitive case governed by the same noun, the sign may be added only to the appositional noun from என். Thus சாத்தன், கொற்றன் என்பவர்களுடைய வீடு; but if both sign and governing noun are added to each of the nouns, the meaning will be different. கொற்றனுடைய வீடும் சாத்தனுடையவீடும் இடிந்தன 'the houses of &c.,' the former, as it is means—'the house of &c.'

3. The Tamil genitive and the English in 'of' are not co-extensive in their applications. 'A crown of gold' cannot be rendered by 'பொன்னின் முடி,' or 'the city of Madras' by 'சென்னையின் பட்டணம்.'

5. Genitives in இன் usually take the signs of the 7th Case. மரத்தின்மேல்; வீட்டினுள்; மேசையின் கீழ் &c.; though these signs are all nouns, here they are mere particles—so that it is better to construe these examples as nouns in the seventh case.

6. There is in Tamil a peculiar construction, in which, in a series of nouns, all but the last being genitives, each governs the one which immediately precedes it. Thus, சாத்தன் கைவிரல் மோதிரம் (3 genitives); இந்த வருஷத்துத் தஞ்சா ஊர் மேலைத்தோப்பு மாம்பழக் கொட்டை (5 genitives).

7. The genitive idea may be expressed by all the other cases:

1st Case.—நான் செய்தல்=என்செய்கை; அவள்போதல்=அவள் போக்கு.

2nd Case.—மகளிரைக் காத்தல்=மகளிரின் காப்பு.

3rd Case.—பொற்குடம்=பொன்னின் குடம்.

4th Case.—எனக்குமகன்=என்மகன்; உனக்குத்தோழன்=உன் தோழன்.

5th Case.—ஆற்றினின்றுங் கொண்டுவந்த சலம்=ஆற்றுச்சலம்.

7th Case.—மணியின்கண் ஒளி=மணியினது ஒளி.

The proper conversions are those in the 1st, 2nd and 4th Cases.

THE 7TH OR LOCATIVE CASE.

The 7th Case is governed by nouns and verbs. ஆற்றிலே சலம்; சோற்றிலே கல்—it is however better to regard the governing verbs as understood, thus, ஆற்றிலே சலம் உண்டு; சோற்றிலே கல் இருக்கிறது. நெருப்பில் வீழ்ந்தான், ஊரிற்சென்றான்.

For emphasis, the governing word may be placed before the noun. கற்றோர்க்கின்பம் கல்வியிலே; பெற்றோர்க்கின்பம் பிள்ளைகளில்.

2. இல் is the local particle by eminence. All the other signs are merely nouns signifying place and time. Thus மனதில், 'in the mind;' மனதின்கண் (lit), the place of the mind.

3. Several nouns in the 7th Case may be governed by a single verb: to take a long sentence.—இன்ன ஆண்டில், இன்னமாதத்தில், இன்ன தினத்தில், இன்ன தேசத்தில், &c, இன்னார் பிறந்தார்.

4. The meanings of the 7th Case may be approximately expressed by some of the other cases.

2nd Case. வீட்டைச்சேர்ந்தான்=வீட்டில் &c.

4th Case. வீட்டிற்குப் போனான்=வீட்டினுள் &c.

6th Case. வீட்டின் மேலேறினான் (lit, he ascended to the top of the house)=வீடுமேல் ஏறினான்.

THE 8TH OR VOCATIVE CASE.

1. As in English, the Tamil Vocative bears no syntactical relation to the other words in the sentence. It has neither concord nor government. சாத்தா வா.

Sometimes the vocative particles ஆ and ஓ are prefixed: ஓ ராசனே! ஆ கர்த்தாவே!

2. The vocative may occupy any place in a sentence. கொற்றா, இங்கே வா (beginning); இங்கே வா கொற்றா, (end); வா கொற்றா இங்கே. (middle).

General Remarks.

1. Two or more *different* cases may occur in the same sentence.

(*a*). தேவர் பாற்கடலைக் கடைந்தனர் (two); (*b*). முன்னோர் யுகத்தில், தேவர் &c. (three); (*c*). முன்னோர் யுகத்தில், தேவர் அமுதத்திற்கு &c. (four); (*d*). முன்னோர் யுகத்தில், தேவர், அமுதத்திற்குப் பாற்கடலைமந்தரகிரியினால் கடைந்தனர் (five); (*e*). முன்னோர் யுகத்தில் தேவர் விஷ்ணுவின் ஆக்கினையினால் அமுதத்திற்குப் பாற்கடலைக் கடைந்தனர் (six); (*f*). முன்னோர்யுகத்தில்தேவர் விஷ்ணுவின் ஆக்கினையினால் அமுதத்திற்கு பாற்கடலை மந்திரத்தில் கடைந்தனர் (seven); (*g*). ஓ சனங்களே, முன்னோர் யுகத்தில் &c., (all the eight cases).

It will be observed that the predicate is the last word in every example given above, whatever be the number of the cases, and that among these the 2nd generally keeps nearest to the predicate.

2. Two peculiarities of casual construction contribute to the great difficulty of construing Tamil poetry : (1). It is most usual to omit the signs of almost every case, the only guide being the context and the laws of Sandhi. Take for instance the very first aphorism in the simplest Tamil Poetry—the Attichudi. அறஞ் செயவிரும்பு (அறத்தை). Another from the Kural :

மனைத்தக்க மாண்புடைய ளாகித்தற் கொண்டான்
வளத்தக்காள் வாழ்க்கைத் துணை.

In this small couplet, out of *eight* nouns, all but the two nominatives are destitute of their respective signs. And as there are eight cases with many more signs, the difficulty presented to the beginner is indeed very great. But (2.) even when the signs are affixed, they more frequently happen to be instances of casual conversion' (வேற்றுமைமயக்கம்). Examples of these abound in the Kural, the Ramayanam and other poems. Fortunately, however, there is little or no difficulty on this account in construing English poetry.

3. When Personal and Impersonal nouns are nominatives to the same predicate, one of them may be put in the 3rd

Case in ஒடு, and the verb made to agree with the other: மனிதரோடு மாடுகள்மடிந்தன or மாடுகளோடு மனிதர் மடிந்தனர்.

Miscellaneous Rules.

1. Abstract nouns are different in meaning from the Adjectives derived from them. கருங்கோழி is a class name indicating a certain species of fowl, but கறுப்புக் கோழி shews the colour of an individual fowl. So தண்ணீர் and குளிர்ந்தநீர்; சிறுவிரல் and சின்னவிரல்.

2. Adjectives are often repeated in colloquial language for intensity. கன்னங் கரிய; செக்கச் சிவந்த; வெள்ளைவெளேரென, &c.

3. The Infinitive may be sometimes used as the Nominative. வஞ்சனை அஞ்சப்படும் (அஞ்சுதல் வேண்டும்).

4. The Relative construction is a brief way of expressing a complete thought. ஒருமனிதன் வந்தான்=வந்த மனிதன். But these constructions are often ambiguous, for இறந்த நாள் may mean 'either the past day' or 'the day on which (some one) died.'

5. When there are several predicates to the same subject all but the last are constructed as Past Verbal participles அவன் வந்து சொல்லிவிட்டு போனான்.

Exception.—Affirmative and negative verbs must be all finite: அவன் படியான், விளையாடுவான்.

6. The Nom. of a future Verb. Part. may be different from that of the governing finite verb. நீ வந்தால், நான் தருவேன்.

7. When elliptical compounds are expanded, they may express from *two* to *seven* different meanings. Thus:—

(*a.*) தெய்வ வணக்கம்=தெய்வத்திற்கு வணக்கம்; தெய்வத்தை வணங்கும் வணக்கம். (*b.*) தற்சேர்ந்தார்=தன்னைச் சேர்ந்தார்; தன்னோடு சேர்ந்தார்; தன்கண் சேர்ந்தார். (*c.*) சொல்லிலக்கணம்=சொல்லின் இலக்கணம்; சொல்லுக்கிலக்கணம்;

சொல்லின்கண் இலக்கணம் ; சொல்லிலக்கணநூல். (*d.*) பொன் மணி=பொன்னாலாகிய மணி ; பொன்னாகியமணி; பொன்னின் கண் மணி ; பொன்னோடு சேர்ந்த மணி ; பொன்னும் மணியும். (*e.*) மரவேலி=மரத்தைக்காக்கும வேலி ; மரத்துக்கு வேலி ; மரத்தின்வேலி ; மரத்தின் புறத்து வேலி ; மரத்தாலாகிய வேலி ; மரமாகிய வேலி. (*f.*) சொற்பொருள்=சொல்லாலறியப்படும் பொருள் ; சொல்லின் பொருள் ; சொல்லுக்குப்பொருள் : சொல்லின்கண் பொருள் ; சொல்லும் பொருளும் ; சொல்லாகிய பொருள் ; சொல்லானது பொருள்.

8. The three verbs ஈ, தா and கொடு are the imploring words respectively of an inferior, equal and superior. Thus, தந்தாய் ஈ ; தோழா தா ; மைந்தா கொடு.

9. Words of the same meaning may be employed for emphasis and intensity. மீ மிசை ; உயர்ந்து ஓங்கும் மலை ; நாகிளங்கமுகு.

10. In questions and answers of doubtful gender, class words common to both should be employed. The following examples will illustrate this :—*Question* : குற்றியோ மனிதனோ அங்கு தோன்றுகிற உரு ? *Answer* : (அக்குற்றி) மனிதன் அன்று ; or (அம்மனிதன்) குற்றியல்லன். In common Tamil, அல்ல would do for either answer. *Question* : ஆண்மகனோ பெண் மகனோ அங்கே தோன்றுகிறவர் ? *Answer* (அம்மகன்)பெண்மகள் அல்லன் ; or அப்பெண் ஆண்மகன் அல்லள்.

III. Analysis of Sentences.

The best method of analysing Tamil sentences is perhaps to follow as closely as possible that given as the 'second scheme' in Dr. Morell's 'Analysis of English sentences.'

Examples of Analysis.

(a). The Simple Sentence.

(1). எந்த உயிரையும் கொல்லாத ஒரு சந்நியாசி ஒரு ஏரிகரை மேலே போனுன்.

(2). நிறைமொழி மாந்தர்பெருமை நிலத்து
மறைமொழி காட்டிவிடும்.

Enlargement of Subj.	Subject.	Object.	Extension of Pred.	Predicate.
(1) எந்த—கொல்லாத ஒரு	சந்நியாசி	...	ஒரு—மேலே	போனுன்
(2.)	மறைமொழி	நிறை—பெருமை	நிலத்து	காட்டிவிடும்.

(b). The Complex Sentence.

(1). சீரைத்தேடில் ஏரைத்தேடு.

Sentence.	Kind of Sent.	Subject.	Object.	Extension of Pred.	Predicate
(1.) நீ சீரைத் தேடில்	Condition to (2).	(நீ)	சீரை	...	தேடில்
(2.) நீ ஏரைத் தேடு	Principal.	(நீ)	ஏரை	...	தேடு.

(2.) ஓரரசன் தன்பட்டத்துக் குதிரை இறந்து போனதைக் குறித்துத் துயரப்படும்போது பிரதானியானவன் ஐயா என்னை அனுப்பினுல் அரப்பிதேசத்திலிருந்து நல்ல குதிரை கொண்டு வருகிறேன் என்றுன்.

Sentence.	Kind of Sent.	Subject.	Object.	Extension of Pred.	Pred.
(1.) தன்பட்டத்து—குறித்து	Adv. reason of (2.)	தன்—குதிரை	...	...	இறந்துபோனதை(க்குறித்து)
(2.) ஓரரசன்—போது	Adv. time of (5.)	ஓரரசன்	...	...	துயரப்படும்போது)
(3.) ஐயா—அனுப்பினால்	Adv. condition of (4)	(நீர்)	என்னை	...	அனுப்பினால்
(4.) அரப்பி—வருகிறேன்	Noun objt. (5.)	(நான்)	நல்ல குதிரை	அரப்பி—இருந்து	கொண்டுவருகிறேன்
(5) பிரதானியானவன் என்றான்	Principal.	பிரதானியானவன்	...	...	என்றான்.

(c.) The Compound Sentence.

(1.) ஒருமாப்பிள்ளை தோழமாப்பிள்ளையாக ஒருவனை இட்டுக்கொண்டு மாமியார் வீட்டுக்குப் போனான்.

Sentence.	Kind of Sent.	Subject.	Object.	Extension of Pred.	Predicate
(1.) ஒரு—கொண்டு	Prin. cordinate to (2)	ஒருமாப்பிள்ளை	ஒருவனை	...	இட்டுக்கொண்டு
(2.) ஒரு—போனான்	Coord. to (1.)	...	...	மாமியார் வீட்டுக்கு	போனான்

(2). நீரிற் குமிழி இளமை ; நிறை செல்வம்
நீரிற் சுருட்டும் நெடுந்திரைகள் ; நீரில்
எழுத்தாகும் யாக்கை ; நமரங்காள், என்னே
வழுத்தாத தெம்பிரான் மன்று.

Sentence.	Kind of Sent.	Subject.	Object.	Extension of Pred.	Predicate
(1.) நீரில்—இளமை	Prin. Coord to (2) & (3)	இளமை	...	...	நீரிற்குமிழி
(2.) நிறை-திரைகள்	Prin. Coord to (1) & (3)	நிறை செல்வம்	...	...	நீரில்—திரைகள்
(3.) நீரில்—யாக்கை	Prin. Coord to (1) & (2)	யாக்கை	...	நீரில்எழுத்து	ஆகும்
(4.) நமரங்காள்—மன்று	Prin. illative to (1) (2) and (3.)	வழுத்தாதது.	எம்பிரான் மன்று	...	என்.

THE END.

Lightning Source UK Ltd.
Milton Keynes UK
UKHW022325060223
416579UK00001B/232

9 781016 066365